ഗ്രീൻ ബുക്സ്

പാലക്കാട്: മിത്തും ചരിത്രവും

ഡോ. രാജൻ ചുങ്കത്ത്

1949 ജൂൺ 5ന് കുന്നംകുളത്ത് ജനനം.
മൃഗസംരക്ഷണവകുപ്പ് ജോയിന്റ് ഡയറക്ടറായി
ജോലിയിൽനിന്ന് വിരമിച്ചു.
ആകാശവാണി, ദൂരദർശൻ, ഏഷ്യാനെറ്റ്, കൈരളി
എന്നിവയ്ക്കുവേണ്ടി ഏതാനും ഡോക്യുമെന്ററികളുടെ
രചനയും സംവിധാനവും നിർവ്വഹിച്ചു.
'ശ്രൗതം' എന്ന ആദ്യപുസ്തകത്തിന്
കേരള സാഹിത്യ അക്കാദമി പുരസ്കാരം ലഭിച്ചു.
2008ൽ കേന്ദ്ര സാംസ്കാരിക വകുപ്പിന്റെ
സീനിയർ ഫെല്ലോഷിപ്പ്. ഇപ്പോൾ സ്വതന്ത്ര
പത്രപ്രവർത്തനവും ഫോട്ടോഗ്രാഫിയും.
ഇതര കൃതികൾ: ശ്രൗതം, പന്തിരുകുലത്തിന്റെ
പിൻഗാമികൾ, Nila Through Time And Space,
ആഴ്‌വാഞ്ചേരി തമ്പ്രാക്കൾ, നിളയുടെ മകൾ സുന്ദരി,
സ്മാർത്തം, ഓർമ്മവഴിയിൽ ചിലർ, ഭാരതപ്പുഴ,
ഉമിനീർപക്ഷികൾ, ആനമനുഷ്യന്റെ ആത്മകഥ,
കാവേരിയുടെ തീരങ്ങളിലൂടെ, കടലാമകളുടെ നാട്ടിൽ,
നിളാദേവീ നമോ സ്തുതേ, ശിരോലിഖിതം,
ഭാരതപ്പുഴയോരത്തെ ഭഗവതിമാർ, നിളാതീരത്തെ
ദേവീക്ഷേത്രങ്ങൾ, ബാലിദ്വീപിൽ, കാശ്മീർ,
ഉത്തരാഖണ്ഡ്, ശ്രീലങ്ക, തായ്‌ലൻഡ്, കുന്നംകുളം മനോരമ,
അസർബെയ്ജാൻ, സോമഗന്ധർവൻ.

ഗ്രീൻ ബുക്സ് പ്രസിദ്ധീകരിച്ച
ഗ്രന്ഥകാരന്റെ ഇതരകൃതികൾ

പെരുന്തച്ചൻ ദുഃഖിതനാണ്
(യാത്ര)

ഭൂട്ടാൻ
(യാത്ര)

അതിരാത്രം
(പഠനം)

സ്മാർത്തവിലാപം
(അഭിമുഖം)

ചരിത്രം

പാലക്കാട്
മിത്തും ചരിത്രവും

ഡോ. രാജൻ ചുങ്കത്ത്

ഗ്രീൻ ബുക്സ്

green books private limited
gb building, civil lane road, ayyanthole,
thrissur- 680 003, kerala, ph: +91 487-2381066, 2381039
website: www.greenbooksindia.com
e-mail: info@greenbooksindia.com

branches:
thrissur 8589095302
thiruvananthapuram 8589095301
calicut 8589095307

malayalam
palakkad: mithum charithravum
history
by
dr. rajan chungath

published march 2025

cover image & photos : dr. rajan chungath

printed in india
manipal technologies ltd

isbn : 978-93-48125-42-2

₹ 200.00
GBPL/1413/2024

ആമുഖം

ജന്മം കൊണ്ട് തൃശ്ശൂർ ജില്ലക്കാരനായ ഞാൻ ഔദ്യോഗിക ജീവിതത്തിന്റെ ഭാഗമായി 1977ൽ ആണ് പാലക്കാട് ജില്ലയിലെ കുമരനെല്ലൂർ മൃഗാസ്പത്രിയിൽ വെറ്ററിനറി സർജനായി ജോലിയിൽ പ്രവേശിക്കുന്നത്. അന്ന് ആരംഭിച്ച പാലക്കാട് ബന്ധം ഇന്നും തുടരുന്നു.

തൊട്ടടുത്ത ജില്ലക്കാരനായിരുന്നിട്ടും പാലക്കാട് ജില്ലയിലെ കാലാവസ്ഥയും ജനങ്ങളും അവരുടെ സവിശേഷ ജീവിതരീതികളും എന്നെ അതിശയിപ്പിച്ചിരുന്നു. പ്രത്യേകിച്ച് കുമരനെല്ലൂർ ഭാഗത്തെ നായർ സമുദായത്തിലെ മരുമക്കത്തായ കുടുംബവാഴ്ചയും അവരുടെ നാലുകെട്ട് സമ്പ്രദായത്തിലുള്ള വാസഗൃഹങ്ങളും. ഇന്നാട്ടിലെ നമ്പൂതിരിമാരുടെ യാഗങ്ങളും അവരുടെ മനകളും ലളിത ജീവിതരീതികളുമാണ് എന്നെ ആകർഷിച്ച മറ്റു പാലക്കാടൻ സവിശേഷതകൾ. മുസ്ലീം സമുദായത്തിലെ നോമ്പ്, നോമ്പുതുറ, വയള്, രാത്രിയിലും കുട ചൂടിനടക്കുന്ന മുസ്ലിം സ്ത്രീകൾ എന്നിവയെല്ലാം ഞാൻ ആദ്യം കണ്ടത് കുമരനെല്ലൂരിൽ ആണ്.

കുമരനെല്ലൂരിൽ ഞാൻ ആദ്യം പരിചയപ്പെട്ട വ്യക്തി, മഹാകവി അക്കിത്തത്തിന്റെ അർദ്ധസഹോദരൻ ജയരാമൻ ആയിരുന്നു. ജയരാമൻ അക്കാലത്ത് കാനറ ബാങ്കിലെ ഡെപ്പോസിറ്റ് കലക്ടറായിരുന്നു എന്നാണ് എന്റെ ഓർമ്മ. എനിക്ക് കുമരനെല്ലൂരിൽ താമസിക്കാൻ ഒരു വീട് ശരിയാക്കിയതും വീട്ടുജോലിക്ക് ഒരു പെൺകുട്ടിയെ ഏർപ്പാടാക്കിയതും ജയരാമൻ തന്നെ. പിൽക്കാലത്ത് എന്റെ ഗുരുനാഥനായി മാറിയ മഹാകവി അക്കിത്തത്തെ ഞാൻ പരിചയപ്പെടുന്നത് കുമരനെല്ലൂരിലേക്കുള്ള എന്റെ രണ്ടാം

വരവിലാണ്. കുമരനെല്ലൂരിൽ ജോലി ചെയ്യുമ്പോൾ എനിക്ക് കൂടല്ലൂർ മൃഗാസ്പത്രിയിൽ അഡീഷണൽ ചാർജ് ഉണ്ടായിരുന്നു. ആഴ്ചയിൽ രണ്ടു ദിവസം കൂടല്ലൂർ മൃഗാസ്പത്രിയിൽ പോകും. അന്ന് കൂടല്ലൂർ അങ്ങാടിയിലെ ഒരു വാടകക്കെട്ടിടത്തിൽ പ്രവർത്തിച്ചിരുന്ന രണ്ടുമുറി മൃഗാസ്പത്രിയുടെ ഉടമ, സാക്ഷാൽ എം.ടി. വാസുദേവൻ നായരുടെ അടുത്ത ബന്ധുവായിരുന്നു. അക്കാലത്ത് തറവാട്ടിൽ വിശ്രമത്തിലായിരുന്ന വാസു ഏട്ടനെ ഞാൻ ആദ്യം പരിചയപ്പെടുന്നതും കൂടല്ലൂർ വെച്ചാണ്.

അന്നൊക്കെ പാലക്കാടിനെക്കുറിച്ചുള്ള എന്റെ അറിവ് പട്ടാമ്പി വരെയാണ്. മൃഗാസ്പത്രിയിലേക്കുള്ള സർക്കാർ പണമിടപാട് എല്ലാം അന്ന് പട്ടാമ്പി ട്രഷറി വഴിയായിരുന്നു. അന്നത്തെ താലൂക്ക് ആസ്ഥാനം ആയിരുന്നിട്ടു പോലും ഒറ്റപ്പാലത്തേക്ക് എന്റെ അറിവ് വളർന്നത് പിൽക്കാലത്താണ്.

ചീഫ് വെറ്ററിനറി ഓഫീസറായി ഞാൻ പാലക്കാട് ജില്ലാ വെറ്ററിനറി കേന്ദ്രത്തിൽ ചുമതലയേൽക്കുന്നത് 1999ൽ ആണ്. ശരിക്കു പറഞ്ഞാൽ അതിനുശേഷമാണ് അട്ടപ്പാടി അടക്കമുള്ള പാലക്കാട് ജില്ലയുടെ കിഴക്കൻ ഭാഗങ്ങളെക്കുറിച്ച് അറിയാൻ ശ്രമിച്ചത്. അന്ന് ഔദ്യോഗിക യാത്രയുടെ ഭാഗമായി ഞാൻ നേരിട്ട് നടത്തിയ വിവരശേഖരണം, അഭിമുഖം, ഫോട്ടോകൾ എന്നിവയെല്ലാം ഈ ഗ്രന്ഥരചനയിൽ വലിയ സഹായമായി.

ഭാരതപ്പുഴയുമായി ബന്ധപ്പെട്ട് ഞാൻ നടത്തിയ തുടർപഠനങ്ങൾ ആണ് പിൽക്കാലത്ത് എന്നെ പാലക്കാടിന്റെ സവിശേഷമായ 'പറയിപെറ്റ പന്തിരുകുലം', 'ശ്രൗതം', 'സ്മാർത്തം' എന്നി വിഷയങ്ങളുമായി അടുപ്പിച്ചത്. ഈ പഠനത്തിന്റെ ഭാഗമായിട്ടാണ് മഹാകവി അക്കിത്തം, മെട്രോമാൻ ഇ. ശ്രീധരൻ, ഡോ. ചാത്തനാത്ത് അച്യുതനുണ്ണി തുടങ്ങിയ ശ്രേഷ്ഠ ഗുരുക്കന്മാരെ എനിക്ക് മാർഗ്ഗദർശികളായി ലഭിച്ചത്. മാത്രമല്ല ഇവയുമായി ബന്ധപ്പെട്ട വിവരസമാഹാരണം സാധ്യമായതും ഫോട്ടോകൾ എടുക്കാൻ കഴിഞ്ഞതും പാലക്കാട് ജില്ലയിലെ എന്റെ ജോലിയും സ്ഥിരതാമസവുമാണ്.

ഈ പുസ്തകം പാലക്കാടിന്റെ സമഗ്രചരിത്രമല്ല. മുഴുവൻ ഐതിഹ്യവുമല്ല. പാലക്കാട്ടുകാരുടെ സവിശേഷമായ ജീവനസംസ്കാരത്തെയും മിത്തുകളെയും തേടിയുള്ള അലച്ചിലിൽ ഞാൻ കണ്ട കാഴ്ചകളും കേട്ട നാട്ടറിവുകളും പാലക്കാട്ടെ സുമനസ്സുകൾ പങ്കുവെച്ച അവരുടെ ജീവിതാനുഭവങ്ങളുമാണ്. വിസ്താരഭയത്താൽ ലഭിച്ച പല വിവരങ്ങളും വെട്ടിച്ചുരുക്കിയിട്ടുണ്ട്. എന്റെ ഈ അറിവുകൾ പൂർണ്ണമല്ല. പുത്തൻ അറിവുകൾ തേടി ഇനിയും ഞാൻ ഇതുവഴിയെല്ലാം സഞ്ചരിക്കും. അപ്പോഴും എനിക്ക് വഴികാട്ടിയായി ഭാരതപ്പുഴയും പുഴയെ സ്നേഹിക്കുന്ന ഈ പുഴയോരത്തെ കുറെ നല്ല മനുഷ്യരും എന്നോടൊപ്പം ഉണ്ടാകും.

ഡോ. രാജൻ ചുങ്കത്ത്

ഉള്ളടക്കം

പാലക്കാടിന്റെ ഹൃദയവീഥിയിലൂടെ

പശ്ചിമഘട്ടത്തിലെ നീലഗിരിമലകൾക്കും ആനമലനിരകൾക്കുമിട യിലുള്ള പാലക്കാട് ചുരവും അതിനോടുചേർന്നു കിടക്കുന്ന സമീപ സ്ഥലികളും ചേർന്നൊരുക്കിയ സവിശേഷ ഭൂമികയാണ് ഇന്നത്തെ പാലക്കാട് ജില്ല. 'നിള' എന്ന പേരിലറിയപ്പെടുന്ന ഭാരതപ്പുഴയും അതിന്റെ പോഷകനദികളുമാണ് പൊതുവെ വരണ്ട ഈ ഭൂവിഭാ ഗത്തെ ജലസിക്തമാക്കുന്നത്.

നെടുംപൊറയൂർ നാട്

ആദിവാസിമേഖലയെന്ന് അറിയപ്പെടുന്ന സൈലന്റ്വാലി ഉൾ പ്പെടുന്ന അട്ടപ്പാടി, തമിഴ് മലയാള സംസ്കാരങ്ങൾ സംഗമിക്കുന്ന കല്പാത്തി, കൊടുവായൂർ, ചിറ്റൂർ, നെമ്മാറ പ്രദേശങ്ങൾ, കേരള ത്തനിമയാർന്ന വള്ളുവനാട് എന്നിങ്ങനെ മൂന്ന് ഉപവിഭാഗങ്ങൾ

ഭാരതപ്പുഴ

ഉൾപ്പെട്ടതാണ് പാലക്കാട് ജില്ല. C.E 13-ാം നൂറ്റാണ്ടിനു മുമ്പുള്ള റവന്യൂ രേഖകളിൽ പാലക്കാട് അറിയപ്പെട്ടിരുന്നത് 'പൊറൈനാട്' (നെടുംപൊറയൂർനാട്) എന്ന പേരിലാണ്. ബ്രിട്ടീഷ് ഭരണകാലത്ത് പാലക്കാട് പ്രദേശം മദിരാശി സംസ്ഥാനത്തിന്റെ ഭാഗമായിരുന്ന മലബാർ ജില്ലയിലായിരുന്നു. ഇപ്പോൾ പാലക്കാട് ജില്ലയുടെ ഭാഗമായ ചിറ്റൂർ, തത്തമംഗലം, നെന്മാറ പ്രദേശങ്ങൾ പണ്ട് കൊച്ചിയുടെ ഭാഗമായിരുന്നു.

1957ൽ മലബാർ വിഭജിച്ച് പാലക്കാട് കോഴിക്കോട് കണ്ണൂർ ജില്ലകൾ നിലവിൽ വന്നപ്പോൾ, വാളയാർ മുതൽ പൊന്നാനി അഴിമുഖം വരേയും ചിറ്റൂർ മുതൽ പെരിന്തൽമണ്ണ വരെയും പരന്നു കിടക്കുന്ന ഏറ്റവും വലിയ ജില്ലയായി പാലക്കാട് രൂപം കൊണ്ടു. പിന്നീട് 1969ൽ, മലപ്പുറം ജില്ല നിലവിൽ വന്നപ്പോൾ, പഴയ പാലക്കാട് ജില്ലയുടെ ഏതാനും ഭാഗങ്ങൾ (പൊന്നാനി, പെരിന്തൽമണ്ണ താലൂക്കുകൾ) മലപ്പുറം ജില്ലയുടെ ഭാഗമായി. എന്നിട്ടും 4,482 ച.കി. വിസ്തീർണമുള്ള പാലക്കാടാണ് ഇപ്പോഴും കേരളത്തിലെ ഏറ്റവും വലിയ രണ്ടാമത്തെ ജില്ല.

കേരളത്തിലെ മറ്റു ജില്ലകളിൽനിന്നും ഒട്ടേറെ വ്യത്യസ്തമാണ് പാലക്കാടിന്റെ ഭാഷയും ഭൂമിശാസ്ത്രവും സംസ്കാരവും. പാലക്കാടൻ ജനജീവിതശൈലിയിലുടനീളം തമിഴ് ദ്രാവിഡ സംസ്കൃതിയുടെ നിഴലാട്ടം കാണാം. പാലക്കാട് ചുരം ആണ് ഇതിനു കാരണമായി പറയുന്നത്.

പാലക്കാട് ചുരം

ജൈവ വൈവിധ്യത്തിന്റെ കലവറയായി ഗുജറാത്ത് മുതൽ കന്യാകുമാരി വരെ 1600 കി.മി നീളത്തിൽ നീണ്ടുകിടക്കുന്ന പശ്ചിമഘട്ടത്തിലെ നീലഗിരിക്കും ആനമലയ്ക്കും ഇടയിലുള്ള ഒരു ദുർബല പാളി, 500 ദശലക്ഷം വർഷം മുമ്പുണ്ടായ വലിയ ഭൂകമ്പത്തിൽ ഇടിഞ്ഞു താഴോട്ടു പോയപ്പോൾ രൂപപ്പെട്ടതാണ് 2432 കി.മി. വീതിയുള്ള പാലക്കാട് ചുരം. ദക്ഷിണേന്ത്യൻ പീഠഭൂമിയോട് സമാനമായ ഭൂപ്രകൃതിയും കാലാവസ്ഥയും പാലക്കാട് സംജാതമാവാൻ ഈ ചുരം നിമിത്തമായി.

പാലക്കാട് ചുരം

"ശ്രീക്കേറ്റ ലാസ്യപദമായ് ഭൂവി സഹ്യമാകു-
മാക്കേളിപൂണ്ട മലയുണ്ടു വിളങ്ങിടുന്നു
ഈ കേരളാഖ്യവിഷയത്തിനു നേർകിഴക്കാ
യൂക്കേറ്റിട്ടും പ്രകൃതി കെട്ടിയ കോട്ടപോലെ"

ഉള്ളൂർ എസ്സ്. പരമേശ്വരയ്യർ - ഉമാകേരളം

പാലക്കാട് ജില്ലയുടെ കിഴക്കൻ അതിർത്തിയായി നിലകൊള്ളുന്ന പശ്ചിമഘട്ടത്തിലെ 2432 കി.മീ. വീതിയിലുള്ള വലിയൊരു വിടവ് (GAP) ആണ് പാലക്കാട് ചുരം എന്ന പേരിൽ അറിയപ്പെടുന്ന പാലക്കാട് ഗാപ് (Palakkad Gap) എന്ന് പറഞ്ഞല്ലോ. ചുരം എന്ന പദത്തിന് കുത്തനേയുള്ള വലിയ കയറ്റം, കീഴ്ക്കാംതൂക്കായ കയറ്റം, ഉയർന്ന നിലം, മലയിടുക്ക്, ഇടുക്കുവഴി, Pass എന്നെല്ലാമാണ് ശബ്ദതാരാവലി നൽകുന്ന അർത്ഥം.

സഹ്യപർവ്വതം അഥവ സഹ്യാദ്രി എന്ന് പരക്കെ അറിയപ്പെടുന്ന പശ്ചിമഘട്ടം ഇന്ത്യയുടെ പടിഞ്ഞാറൻ തീരത്ത് 1,600 കി.മീ (996 നാഴിക) നീളത്തിലും 100 കി.മീ വീതിയിലും 1,60,000 ച.കി.മീ വിസ്തൃതിയിലുമായി ഗുജറാത്ത്, മഹാരാഷ്ട്ര, ഗോവ, കർണാടക, കേരളം, തമിഴ്നാട് എന്നീ സംസ്ഥാനങ്ങളിലായി ഉയർന്ന് നീണ്ടുകിടക്കുന്നു. വടക്ക് ഗുജറാത്തിലെ തപ്തി നദി മുതൽ തെക്ക് കന്യാകുമാരി വരെയുള്ള ഈ പർവ്വതനിരയിലെ ഏറ്റവും വലിയ വിടവ് (ചുരം) ആണ് പാലക്കാട് ഗ്യാപ്. പാലക്കാട് ചുരത്തിനു പുറമേ പശ്ചിമഘട്ടത്തിൽ രണ്ടു വിടവുകൾ കൂടിയുണ്ട്. ഒന്ന്, വടക്കേ അറ്റത്തെ സാമാന്യം വലിയ ഗോവ ഗാപ്. ഇത് 6580 ദശലക്ഷം വർഷം മുമ്പ് രൂപം കൊണ്ടു എന്ന് വിശ്വസിക്കുന്നു. രണ്ട്, തെക്കേ അറ്റത്തെ ഏറ്റവും ഇടുങ്ങിയ, ചെറിയ വിടവായ ചെങ്കോട്ട ചുരം 500 ദശലക്ഷം വർഷം മുമ്പ് രൂപം കൊണ്ടതെന്ന് വിശ്വസിക്കുന്ന പാലക്കാട് ഗാപ് ആണ് ഇതിൽ ഏറ്റവും വലുതും ശ്രദ്ധേയമായതും.

നീലഗിരിയും ആനമുടിയും

പാലക്കാട് ചുരത്തിന്റെ വടക്കുഭാഗത്ത് നീലഗിരിമലകളുടെ തുടർച്ചയായ വാളയാർ മലനിരകളും തെക്കുഭാഗത്ത് ആനമുടി ഉൾപ്പെടുന്ന നെല്ലിയാമ്പതി മലനിരകളുമാണ്. പാലക്കാട് ചുരത്തിലെ വടക്കേ ഖണ്ഡത്തിന് 1280 കി.മീ.ഉം, തെക്കേ ഖണ്ഡത്തിന് 320 കി.മീ.ഉം നീളമുണ്ട്. ചുരത്തിന്റെ തെക്കേ ഖണ്ഡത്തിലാണ് പാലക്കാട് ജില്ലയിലെ പോത്തുണ്ടിയും നെല്ലിയാമ്പതിയും. സൈലന്റ്‌വാലി ഉൾപ്പെടുന്ന അട്ടപ്പാടിയും കല്ലടിക്കോടൻ മലനിരകളും പാലക്കാട് ചുരത്തിലെ വടക്കേ ഖണ്ഡത്തിലാണ്.

പാലക്കാട് ചുരം വഴിയാണ് പാലക്കാട് ജില്ല തമിഴ്നാട്ടിലെ കോയമ്പത്തൂർ ജില്ലയുമായി ബന്ധപ്പെട്ടുകിടക്കുന്നത്. സാധാരണയായി ചുരങ്ങളിൽ കാണാറുള്ള കയറ്റിറക്കങ്ങളോ ഇടുങ്ങിയ മലമ്പാതകളോ പാലക്കാട് ചുരത്തിൽ ഇല്ല എന്നത് ശ്രദ്ധേയമാണ്. അതുകൊണ്ടുതന്നെ കേരളത്തിനും തമിഴ്നാടിനുമിടയിൽ പണ്ടുമുതലേ നടന്നുവെന്ന് വിശ്വസിക്കുന്ന മനുഷ്യപ്രയാണങ്ങളും വ്യാപാരസംരംഭങ്ങളും പടയോട്ടങ്ങളും പലായനങ്ങളുമെല്ലാം സംഭവിച്ചത് ഈ ചുരം വഴിയാണ്.

പാലക്കാട് ചുരം - നെല്ലിയാമ്പതിയിൽനിന്നുള്ള കാഴ്ച

ലോഗൻ പറയുന്നത്

1875ൽ മലബാർ കലക്ടറായിരുന്ന വില്യം ലോഗന്റെ പ്രസിദ്ധമായ 'മലബാർ മാന്വലിൽ' (1884) പാലക്കാട് ചുരത്തെക്കുറിച്ച് ഇങ്ങനെ പറയുന്നു. "നാട്ടിലെ ഏറ്റവും ശ്രദ്ധേയമായ പ്രകൃതിവിശേഷങ്ങളിലൊന്ന് പാലക്കാട് തുറയാണ്. ഉപഭൂഖണ്ഡത്തിന്റെ നട്ടെല്ലെന്നോണം നിലകൊള്ളുന്ന ഈ പർവ്വതനിരയിലാണ് 20 നാഴിക ദൈർഘ്യത്തിൽ ഒരു തുറന്ന ചുരം അഥവാ തുറയുള്ളത്. ഏതു പ്രകൃതിവിക്ഷോഭംകൊണ്ട് ഉണ്ടായതായാലും അവിശ്വസനീയമായ ഒരു പ്രതിഭാസമാണിത്. അപ്രതിരോധ്യമായ ഏതോ വിസ്ഫോടനത്തിൽ സഹ്യപർവ്വതം ഇവിടെ കുറുകെ പിളർന്നു കിടക്കുന്നു. തുരങ്കമാർഗ്ഗത്തിന്റെ ഇടത്തും വലത്തുമായി വൻമലനിരകൾ ഉയർന്നു നിൽക്കുന്നു. അതിന്റെ ഇരുവശത്തും കാവലിനെന്നോണം നീലഗിരി ആനമല കൊടുമുടികൾ."

തെക്കുപടിഞ്ഞാറൻ കാലവർഷക്കാറ്റ്, പാലക്കാട് തുറയിലൂടെ വരണ്ടു കിടക്കുന്ന കോയമ്പത്തൂർ സമതലങ്ങളിലേക്ക് തണുത്ത കാറ്റും വർഷപാതവും എത്തിക്കുമ്പോൾ, കേരളത്തെ റോഡ് റെയിൽ ഗതാഗത മാർഗ്ഗങ്ങളിലൂടെ പാലക്കാട് തുറ തമിഴ്നാടിനെ ബന്ധിപ്പിക്കുന്നു. ഇതേ തുറയിലൂടെ പർവ്വതശിഖരങ്ങളിൽ നിന്നുള്ള ആയിരം അരുവികൾ കുത്തിയൊലിച്ച് പടിഞ്ഞാറുള്ള സമുദ്രവുമായി ചേരാൻ പാഞ്ഞൊഴുകുന്നു. ഇതേ വഴിക്കു തന്നെയാണ് സഹ്യാദ്രിയുടെ കിഴക്കും പടിഞ്ഞാറുമുള്ള പ്രവിശ്യകൾ കാർഷികോല്പന്നങ്ങൾ പരസ്പരം കൈമാറുന്നതും. 600 നാഴിക നീളത്തിൽ ഒരിടത്തും ഒരു വിടവോ വിള്ളലോ ഇല്ലാതെ തുടർച്ചയായി കിടക്കുന്ന സഹ്യപർവ്വതനിരകളിൽ പാലക്കാട് ഭാഗത്തു മാത്രം പ്രത്യക്ഷപ്പെട്ടു കാണുന്ന 22 നാഴിക ദൂരം വരുന്ന തുറന്ന വാതിലിന്റെ ഇരുഭാഗത്തുള്ള പ്രദേശങ്ങൾ, കേരളം, തമിഴ്നാട് സംസ്ഥാനങ്ങളെ സംബന്ധിച്ചേടത്തോളം സാമ്പത്തികമായി വലിയ പ്രാധാന്യമുള്ളവയാണ്.

പരശുരാമ ഐതിഹ്യം

പരശുരാമൻ തന്റെ മഴു കൊണ്ട് പശ്ചിമഘട്ടം വെട്ടിമുറിച്ച് പാലക്കാട് ചുരം ഉണ്ടാക്കിയെന്ന് ഐതിഹ്യം പറയുന്നു. ഐതിഹ്യത്തിൽ പറയുന്ന വിദാരഭൂമി(പാലക്കാട് ചുരം)യിൽ ഉൾപ്പെട്ട വേങ്ങനാടിന്റെ (കൊല്ലങ്കോടിന്റെ) പൂർവ്വനാമം വേങ്കടം എന്നായിരുന്നു. നാലു യോജന വീതിയും രണ്ടു യോജന വീതിയുമായിരുന്നു പഴയ വേങ്ങനാടിന്റെ വിസ്തീർണം. പാലക്കാട് ചുരത്തിനു കിഴക്ക് കൊങ്ങുനാട്.

കുടിയേറ്റ ചരിത്രം

തമിഴകത്തുനിന്ന് കേരളത്തിലേക്കുള്ള മനുഷ്യകുടിയേറ്റം സാധ്യമാക്കിയതിൽ പാലക്കാട് ചുരം വഹിച്ച പങ്ക് വളരെ വലുതാണ്. BCE 300 മുതൽ CE 13-ാം നൂറ്റാണ്ടുവരെ കേരളവും കൊങ്ങുനാടും ഭരിക്കാൻ ചേരന്മാരെ സഹായിച്ചതും ഈ പാലക്കാട് ചുരമാണ്. കാവേരി, അമരാവതി പുഴകളുടെ സംഗമ സ്ഥലമായ കരൂർ ആയിരുന്നു ആദി ചേരന്മാരുടെ തലസ്ഥാനം. കാവേരിയുടെ പോഷകനദിയായ അമരാവതിക്ക് പേരാറെന്നും പേരുള്ളതായി ചിലപ്പതികാരത്തിൽ കാണുന്നു. ഈ പേരാറിലൂടെയാണത്രെ ചേരൻ ചെങ്കുട്ടുവൻ പടിഞ്ഞാറോട്ട് സഞ്ചരിച്ച് പശ്ചിമഘട്ടത്തിലെ വനാന്തരങ്ങളിൽ എത്തിച്ചേർന്നത്. ചേരൻ ചെങ്കുട്ടുവനുമായുള്ള ബന്ധം വഴിയാണ് നിളയ്ക്ക് പേരാറെന്ന് പേർ ലഭിച്ചതെന്ന് കേട്ടിട്ടുണ്ട്.

ആദിചേരന്മാരുടെ കാലം തൊട്ടേ സഹ്യനു പടിഞ്ഞാറോട്ടു നടന്നു എന്ന് വിശ്വസിക്കുന്ന കുടിയേറ്റ പരമ്പരയുടെ ചിത്രമാണ് ഇതിൽനിന്ന് ഉരുത്തിരിയുന്നത്. ഇത്തരം കുടിയേറ്റങ്ങൾക്ക് ഏറെ സഹായകരമാകും വിധത്തിലാണ് പാലക്കാട് ചുരവും സഹ്യന്റെ അപ്പുറത്തിപ്പുറത്തായി കാവേരിയുടെയും നിളയുടെയും പോഷക നദികളുടെ കൂട്ടിപ്പിണഞ്ഞുള്ള കിടപ്പും. 15-ാം നൂറ്റാണ്ടു മുതൽ 18-ാം നൂറ്റാണ്ടുവരെയാണ് മദ്ധ്യ തമിഴ്നാട്ടിൽനിന്ന് പാലക്കാട് ചുരം വഴി തമിഴ് ബ്രാഹ്മണർ പാലക്കാട്ടേക്ക് കുടിയേറിയെത്തിയത്. ഇതുപോലുള്ള മറ്റൊരു കുടിയേറ്റത്തിന്റെ കഥയാവാം 'പറയിപെറ്റ പന്തിരുകുലത്തിന്റെ' പുരാവൃത്തം.

മുസിരിസ് ബന്ധം

ക്രിസ്ത്വബ്ദത്തിന്റെ ആദ്യ ശതകങ്ങളിൽ ദക്ഷിണേന്ത്യയും റോമൻ സാമ്രാജ്യവുമായി കേരളത്തിലെ മുസിരിസ് കേന്ദ്രീകരിച്ച് നടന്ന വ്യാപാരത്തിന് ഏറെ സഹായമായതും ഈ പാലക്കാട് ചുരമായിരുന്നു. അതിന്റെ ഭാഗമായിട്ടാവണം തമിഴ്നാട്ടിൽനിന്ന് അനേകർ ഇവിടെ പെരിയാറിന്റെ തീരം മുതൽ കോഴിക്കോട്ടു വരെയുള്ള പ്രദേശങ്ങളിൽ താമസമുറപ്പിക്കുകയും കേരള സംസ്കാരവുമായി ഇഴുകിച്ചേരുകയും ചെയ്തിട്ടുള്ളത്. അങ്ങനെ കുടിയേറ്റക്കാരായി എത്തിയവരുടെ കൂട്ടത്തിൽ നെയ്ത്തുകാരും തോൽപ്പാവക്കൂത്തുകാരും ചെട്ടിമാരും വൈശ്യ ഗുപ്തന്മാരുമെല്ലാം ഉൾപ്പെടുന്നു. പാലക്കാട് രാജാവിനെ സഹായിക്കാനെന്ന പേരിൽ മൈസൂർ സൈന്യം പാലക്കാട് എത്തിയതും ഈ പാലക്കാട് ചുരം വഴിയാണ്.

ഭൂമിശാസ്ത്രം

പാലക്കാട് ചുരത്തിന്റെ പിറവിയെക്കുറിച്ച് ഒന്നിലേറെ സിദ്ധാന്തങ്ങളുണ്ട്. എതിർദിശയിൽ ഒഴുകിയിരുന്ന രണ്ടു നദികളിലെ ഉരുൾപൊട്ടലാണ് പാലക്കാട് ചുരത്തിന്റെ പിറവിക്ക് കാരണമായി പറയുന്നത്. ഇത് ഒരു പക്ഷേ പശ്ചിമഘട്ടത്തിൽനിന്ന് പടിഞ്ഞാട്ടൊഴുകുന്ന ഭാരതപ്പുഴയും കിഴക്കോട്ടൊഴുകുന്ന കാവേരിയും ആവാം. മറ്റൊരു സിദ്ധാന്തം സൂചിപ്പിക്കുന്നത് ഏകദേശം 800 ദശലക്ഷം മുമ്പ് നടന്ന ഒരു ചിന്നഗ്രഹ ആക്രമണം മൂലമാണ് ഈ വലിയ വിടവ് ഉണ്ടായതെന്നാണ്. കോയമ്പത്തൂർ പ്രദേശത്ത് ഉണ്ടായ വൻ ചിന്നഗ്രഹ ആക്രമണം മൂലമാന്ന് ഈ പാലക്കാട് ഗ്യാപ് ഉണ്ടായതെന്നും അത് കാവേരി ഗർത്തം രൂപപ്പെടുന്നതിന്ന് കാരണമായെന്നും സൂചിപ്പിക്കുന്ന മറ്റൊരു തിയറിയുമുണ്ട്. അതിപുരാതന യുഗത്തിലെ ഗോണ്ട്വാനാ വൻകര (തെക്കേ അമേരിക്ക, ആഫ്രിക്ക, ആസ്ട്രേലിയ, ഇന്ത്യ എന്നിവ അതിന്റെ അവശിഷ്ടങ്ങളാണെന്ന് പറയപ്പെടുന്നു.) ഏതോ മഹാപ്രളയത്തിൽ മുങ്ങിപ്പോയപ്പോൾ പശ്ചിമഘട്ടത്തിലെ ഈ ഭൂമി 2432 കി.മി നീളത്തിൽ മുഖ്യധാരയിൽനിന്നുള്ള പിടുത്തം വിട്ട് താണുപോയതുവഴി രൂപം കൊണ്ടതാണ് പാലക്കാട് ചുരം എന്ന് വിശ്വസിക്കുന്ന ഭൂഗർഭ ശാസ്ത്രജ്ഞന്മാരുമുണ്ട്. 2008ലെ ഒരു പഠനം സൂചിപ്പിക്കുന്നത് കിഴക്കൻ ആഫ്രിക്കയിൽനിന്ന് മഡഗാസ്കറിലെ റനോത്സര ഗ്യാപ്പിലൂടെ പാലക്കാട് ഗ്യാപ് വരെ വ്യാപിച്ച ഒരു പ്രീ കാംബ്രിയൻ ഷേർ സോണിന്റെ തുടച്ചയാണെന്നാണ്.

അഹിച്ഛത്രത്തുനിന്ന് എത്തിയ ബ്രാഹ്മണർ

ഭൂഗർഭശാസ്ത്രപരമായ ഈ പ്രതിഭാസത്തോട് ബന്ധപ്പെട്ട പരശുരാമ ഐതിഹ്യം ഇങ്ങനെ. അറബിക്കടൽ ഒരു കാലത്ത് പശ്ചിമഘട്ടത്തിന്റെ അടിവാരത്തോളം കയറിക്കിടന്നിരുന്നെന്നും ഏതോ വലിയ ഭൂഗർഭ സ്ഫോടനഫലമായി കടൽ നീങ്ങി കരയായെന്നുമാണ്. അങ്ങനെ ഉണ്ടായ കരഭൂമിയിലേക്ക് പരശുരാമൻ അഹിച്ഛത്രത്തിൽനിന്നും കൊണ്ടുവന്ന ഏതാനും ബ്രാഹ്മണർക്കായി തന്റെ മഴു കൊണ്ട് പശ്ചിമഘട്ടം വെട്ടിമുറിച്ച് കേരളക്കരയിൽ ഒരു ബ്രാഹ്മണ കോളനി സ്ഥാപിച്ചു എന്നാണ് കഥ. എന്നാൽ പരശുരാമന്റെ ആദ്യ ഉദ്യമം വിജയിച്ചില്ലെന്നും രണ്ടാമത് കൊണ്ടുവന്ന ബ്രാഹ്മണർ ഒരിക്കലും തിരികെ പോകാതിരിക്കാൻ പിൻകുടുമക്കാരായ അവരെ മുൻകുടുമക്കാരാക്കിയെന്നും കഥയ്ക്ക് ഒരു പാഠഭേദമുണ്ട്.

കാലാവസ്ഥ

പാലക്കാട്, കോയമ്പത്തൂർ ജില്ലകളിലെ കാലാവസ്ഥയിൽ പാലക്കാട് ചുരത്തിന് കാര്യമായ പങ്കുണ്ട്. തെക്കുപടിഞ്ഞാറൻ

തമിഴ്നാട് അതിർത്തിയിലുള്ള പാലക്കാട് ചുരം

കാലവർഷക്കാറ്റ് തമിഴ്നാട്ടിലേക്കും, വടക്കു കിഴക്കൻ കാലവർഷ ക്കാറ്റ് കേരളത്തിലേക്കും വീശുന്നത് ഈ ചുരം വഴിയാണ്. ജനു വരി ഫെബ്രുവരി മാസങ്ങളിൽ പാലക്കാട് തൃശ്ശൂർ ജില്ലകളിലെ കാലാവസ്ഥയെ കാര്യമായി സ്വാധീനിക്കുന്നതും പാലക്കാട് ചുര മാണ്. തെക്കുപടിഞ്ഞാറൻ കാറ്റ് കൊണ്ടുവരുന്ന മഴ മേഘങ്ങളെ പശ്ചിമഘട്ടം തടുത്തു നിർത്തുമ്പോൾ, അവ പാലക്കാട് ചുരം തുറന്നു നൽകിയ പഴുതിലൂടെ കിഴക്കോട്ട് പ്രവേശിച്ച് തമിഴ്നാ ട്ടിലെ കോയമ്പത്തൂർ പ്രദേശങ്ങളിൽ മഴ ലഭ്യമാക്കുന്നു. അതു പോലെ തുലാവർഷക്കാലത്തെ തെക്കുകിഴക്കൻ കാറ്റിനെ പശ്ചിമ ഘട്ടത്തിനു പടിഞ്ഞാട്ട് എത്തിക്കുന്നതും പാലക്കാട് ചുരമാണ്. പാല ക്കാട് ചുരത്തിലെ തെന്മലയ്ക്കും വടമലയ്ക്കും ഇടയിലാണ് ചിറ്റൂർ താലൂക്ക്. ഈ സ്ഥലം കേരളത്തിലാണെങ്കിലും ഇവിടെ പരിമിത മായി മാത്രം മഴ ലഭിക്കുന്ന തമിഴ്നാടിനോട് സമാനമായ കാലാവ സ്ഥയാണ്.

പാലക്കാട് ചുരത്തിന് അപ്പുറവും ഇപ്പുറവും ഉള്ള ഭൂപ്രകൃതി യിൽ വലിയ വൈരുദ്ധ്യം കാണാം. കേരളത്തിൽ ധാരാളം മഴ ലഭി ക്കുമ്പോൾ തമിഴ്നാട് മഴയ്ക്കു വേണ്ടി കേഴുന്നു. കേരളത്തിലെ ഭൂപ്രകൃതി വലിയ തോതിൽ പച്ചപ്പ് നിറഞ്ഞതാകുമ്പോൾ, തൊട്ട പ്പുറത്തെ തമിഴ്നാട്ടിൽ കരിമ്പനകളും കള്ളിമുള്ളുകളും നിറഞ്ഞ വരണ്ട ഭൂപ്രകൃതിയാണ്.

കണുവായ് കവല

കോയമ്പത്തൂർ നഗരത്തിൽനിന്നും ഏകദേശം പത്ത് കി.മീ. ദൂരം വടക്ക് പടിഞ്ഞാറ് ദിശയയിൽ സഞ്ചരിച്ചാൽ കണുവായ് കവലയിലെത്തും. പശ്ചിമഘട്ട മലനിരകളിലെ ലോകപ്രശസ്തമായ പാലക്കാട് ചുരത്തിന്റെ വലത് പാർശ്വമാണ് കണുവായ് കവല. 'കണുവായ്' എന്നാൽ തമിഴ് ഭാഷയിൽ ചുരത്തിന്റെ കവാടം എന്ന് അർത്ഥം. നവോത്ഥാന കാലത്ത് കടൽ വഴിയല്ലാതുള്ള ഭാരതീയ-വിദേശഭാരതീയ ചരിത്രവും സംസ്കാരവും സഞ്ചാരവും വാണിജ്യവും സാഹിത്യവും സാമൂഹികതയും പലായനങ്ങളും കാറ്റും കോളും തുടങ്ങി എല്ലാമെല്ലാം കേരളത്തിലേക്ക് വന്നത് ഈ കണുവായ് വഴിയാണ്.

കണുവായ് കവലയിൽനിന്നും പടിഞ്ഞാട്ട് അട്ടപ്പാടി റോഡ് പശ്ചിമഘട്ടത്തിന് സമാന്തരമായി പോകുന്നു (ആനക്കട്ടി റോഡ്). മറ്റൊരു റോഡ് (തടാകം റോഡ്) വടക്ക് ഭാഗത്തായി മേട്ടുപ്പാളയം വഴി ഊട്ടിയിലേക്ക്. കിഴക്കോട്ടു പോകുന്ന രണ്ടു റോഡുകളിലൊന്ന് പേരൂരിലേക്കും മറ്റൊന്ന് കോയമ്പത്തൂർ പട്ടണത്തിലേക്കുമാണ്. ഈ രണ്ടു മാർഗ്ഗങ്ങൾ വഴി പാലക്കാട്ടേക്ക് റോഡ് സഞ്ചാരം നടത്താം. കണുവായിൽനിന്ന് പാലക്കാട്ടേക്കുള്ള ചരിത്രവഴി, വാളയാർ മലമ്പുഴ വനമേഖലകൾ താണ്ടിയാണ്. നൂറ്റാണ്ടുകളുടെ പഴക്കമുള്ള ഈ ചരിത്ര പന്ഥാവിലാണ് 'പുകയിലപ്പാറ' ഗുഹ സ്ഥിതി ചെയ്യുന്നത്. യാത്രികർക്ക് താമസിക്കാൻ സൗകര്യമുള്ള, തെളിഞ്ഞ ജലാശയമടക്കമുള്ള കൽഗുഹയോടു കൂടിയ വലിയ പാറക്കെട്ട്. പഴയ കാലത്തെ പുകയിലക്കടത്തുകാർ അവരുടെ കഴുതകളുമായി ഇവിടെ ഇടത്താവളം തീർത്തതിനാൽ സ്ഥലനാമം പുകയിലപ്പാറ എന്നായി.

കോയൻ എന്ന നാട്ടുരാജാവിന്റെ മേഖലയാണ് കോയൻ പുത്തൂർ എന്ന കോയമ്പത്തൂർ. ഇയാളുടെ ആസ്ഥാനമാണ് പേരൂർ. പേരൂരിലൂടെ നൊയ്യൽ നദി ഒഴുകുന്നു. അതിനാൽ പേരൂർ ഫലഭൂയിഷ്ഠത കൊണ്ട് സമ്പന്നനഗരമായി. ഇന്നത്തെ കോയമ്പത്തൂർ നഗരപ്രദേശം അക്കാലത്ത് വരണ്ട കുറ്റിക്കാടായിരുന്നു. ബ്രിട്ടീഷ് കാലത്തും ഇതാണ് സ്ഥിതി. അതിനാൽ സായിപ്പ് കോയമ്പത്തൂരിനെ അവഗണിച്ച് പേരൂരിനെ ഉയർത്തുകയും തൊട്ടടുത്തുള്ള പോത്തനൂരിനെ റെയിൽ കേന്ദ്രമാക്കുകയും ചെയ്തു. ബ്രിട്ടീഷുകാർ പോയ ശേഷം, പാലക്കാട് മദിരാശി സംസ്ഥാനത്തിൽനിന്ന് മാറിയ ശേഷം, വാളയാർ ചെക്ക്പോസ്റ്റ് വന്നു. അതുവരെ വെറും കാളവണ്ടി വഴിയായിക്കിടന്ന കോയമ്പത്തൂർ വാളയാർ പാത, പ്രധാന പാതയായും മാറി.

പാലക്കാട് ചുരത്തിലൂടെ ട്രെയിൻ

അതിവിശാലമായ പാലക്കാട് ചുരവിടവിലൂടെ സദാസമയം കാറ്റ് വീശിയടിക്കും. ഇത് തെക്കോട്ട് സഞ്ചരിച്ച് മൂന്നാർ ആനമലനിരകളെ തഴുകിത്തലോടി നിൽക്കും. ഈ കാറ്റോട്ടവഴിയിലാണ് കേരളത്തിലേയും തമിഴ്നാട്ടിലേയും ബൃഹത്തായ കാറ്റാടിപ്പാടങ്ങൾ.

സദാസമയവും തിരക്കുള്ള കണുവായ് കവലയ്ക്കു സമീപം, ഒരു പ്രകൃതിസത്യമെന്നോണം പശ്ചിമഘട്ടത്തിന്റെ അധികം ഉയരമില്ലാത്ത പാറക്കെട്ട് അഗ്രഭാഗമായി നിവർന്നു നിൽക്കുന്നുണ്ട്. ഐതിഹാസികമായ പാലക്കാട് ചുരകവാടത്തിന്റെ വടക്കൻ കാവലാളായി. ■

പാലക്കാട് കോട്ട

പാലക്കാടിനെക്കുറിച്ചു പറയുമ്പോൾ ആദ്യം പറയേണ്ടത് പാലക്കാട് കോട്ടയെക്കുറിച്ചാണ്. പാലക്കാടൻ പെരുമ നമുക്ക് കോട്ടയിൽനിന്ന് ആരംഭിക്കാം. ചരിത്രത്തിലാദ്യമായി പാലക്കാടിന്റെ ഭരണം ഒരു മുസ്ലീം ഭരണാധികാരിയുടെ കൈപ്പിടിയിലമർന്ന 17-ാം നൂറ്റാണ്ടിൽനിന്നാരംഭിക്കുന്നു പാലക്കാട് കോട്ടയുടെ ചരിത്രം. തന്നെ നിരന്തരം ശല്യപ്പെടുത്തിയിരുന്ന സാമൂതിരിയോട് പൊരുതാൻ 1757ൽ പാലക്കാട് രാജാവായിരുന്ന കോമ്പി അച്ചൻ സഹായം യാചിച്ചത്, തന്റെ കിഴക്കൻ അയൽരാജ്യമായ ദിണ്ടിക്കൽ പ്രവിശ്യയിലെ ഫൗജീദാറായ ഹൈദർ അലിയോടായിരുന്നു. കേരളത്തിന്റെ ആഭ്യന്തരകാര്യങ്ങളിൽ എങ്ങനെയെങ്കിലും ഒന്ന് കയറിപ്പറ്റാൻ ഹൈദർ അലി കാത്തിരിക്കുമ്പോഴാണ് ഈ ക്ഷണം. ഹൈദർ

പാലക്കാട് കോട്ട

അലി തന്റെ അളിയൻ മക്ദൂം സാഹിബിന്റെ നേതൃത്വത്തിൽ ഒരു സൈന്യത്തെ പാലക്കാട്ടേക്ക് അയച്ചുകൊടുത്തു. പാലക്കാട് രാജാവിന്റെ നായർ പടയുടെ സഹായത്തോടെ ഹൈദറുടെ സൈന്യത്തിന് പൊന്നാനിവരെ എളുപ്പം പാഞ്ഞുകയറാൻ കഴിഞ്ഞു.

അന്ന് പാലക്കാടിന്റെ വില വെറും 12 ലക്ഷം

പിൻവാങ്ങിയ സാമൂതിരി സന്ധിക്കു യാചിച്ചു. മോചനദ്രവ്യമായി 12 ലക്ഷം രൂപ പാലക്കാട് അച്ചൻ നൽകിയാൽ പാലക്കാട് തിരിച്ചുനൽകാൻ സാമൂതിരി തയ്യാറായി. നല്ലൊരു തുക മക്ദൂം സാഹിബിനും ദല്ലാൾ പണമായി നൽകിയതോടെ ഈ കരാർ അദ്ദേഹത്തിനും സ്വീകാര്യമായി.

മൈസൂർ സൈന്യം പിൻവാങ്ങിയതോടെ ഉടമ്പടിയനുസരിച്ചുള്ള 12 ലക്ഷത്തിന്റെ ഒന്നാം ഗഡു വാങ്ങിക്കാൻ സാമൂതിരി ദൂതന്മാരെ പാലക്കാട്ടേക്കയച്ചു. ഏമൂർ ഭഗവതിയുടെ തിരുവാഭരണമടക്കം തന്റെ കൈവശമുള്ള മുഴുവൻ സ്വർണ്ണവും ഉരുക്കി വിറ്റിട്ടും കൊടുക്കാമെന്നേറ്റ പണം നൽകാൻ പാലക്കാട് രാജാവിന് കഴിഞ്ഞില്ല.

കുപിതനായ സാമൂതിരി പാലക്കാട് രാജാവിന്റെ ഇടങ്ങളും കോട്ടകളും ആക്രമിച്ചു. 1761 ജനുവരി 31ന് ആയിരുന്നു ഈ സംഭവം. അനേകം അച്ചന്മാരുടെ മരണത്തിനിടയാക്കിയ ഈ ആക്രമണത്തോടെ പാലക്കാടും സാമൂതിരിയും തമ്മിലുള്ള വഴക്ക് വീണ്ടും മൂർച്ഛിച്ചു. ഈ സമയത്താണ് ഒരു വൻ പട്ടാള അട്ടിമറിയിലൂടെ ഹൈദർ അലി മൈസൂറിന്റെ ഭരണാധികാരിയാകുന്നത്. ഹൈദർ വീണ്ടും പാലക്കാടിനെ സഹായിക്കാമെന്നേറ്റു. ഇതിനായി മൂന്നു പ്രമാണങ്ങളുണ്ടാക്കി.

മൈസൂറിന് കപ്പം നൽകുന്ന രാജ്യം

ഉടമ്പടി പ്രകാരം ഹൈദർ അലി തന്റെ സൈന്യത്തെ പാലക്കാട്ടേക്കയച്ചു. വിവരമറിഞ്ഞ സാമൂതിരി ഭയപ്പെട്ട് താൻ പിടിച്ചെടുത്ത പ്രദേശമത്രയും വിട്ടൊഴിഞ്ഞു പോയി. അതോടെ പാലക്കാട് മൈസൂറിന്ന് കപ്പം കൊടുക്കുന്ന ഒരു രാജ്യമായി മാറി. വ്യവസ്ഥ പ്രകാരം വർഷംതോറും പതിനായിരം പണം പാലക്കാട് രാജാവ് മൈസൂറിന് കപ്പം നൽകണം.

സാമൂതിരിയുടെ ആത്മഹത്യ

1766-ൽ ഹൈദർ മംഗലാപുരം വഴി കേരളത്തിൽ പ്രവേശിച്ചു. പെരുങ്കളം യുദ്ധത്തിൽ സാമൂതിരിയെ തോല്പിച്ച് കോഴിക്കോട്ടെത്തി. ആ വിവരമറിഞ്ഞ് സാമൂതിരിയെ പിടിച്ചുകെട്ടി കൊണ്ടു

പോകാൻ പാലക്കാട് രാജാവ് ഇട്ടികോമ്പി അച്ചൻ കോഴിക്കോട്ടേക്കു പുറപ്പെട്ടു. എന്നാൽ അച്ചൻ കോഴിക്കോട്ടെത്തുന്നതിന്റെ തലേരാത്രി സാമൂതിരി ആത്മഹത്യ ചെയ്തു. ഹൈദർ പാലക്കാട്ട് എത്തി ഉടമ്പടി പ്രകാരം പാലക്കാട് അച്ചൻ കൊടുക്കാമെന്നേറ്റ പണം ആവശ്യപ്പെട്ടു. പണം നൽകാൻ കഴിയാതെ പോയ പാലക്കാട് അച്ചന്റെ സ്വത്തും രാജ്യവും ഹൈദർ അലി കൈവശപ്പെടുത്തി.

കോട്ട പണിയാൻ ഫ്രഞ്ച് എഞ്ചിനീയർ

ഇതിനോടകം തന്റെ കൈപ്പിടിയിലമർന്ന പ്രദേശങ്ങളുമായി എളുപ്പം ബന്ധപ്പെടാനും സൈന്യത്തിനാവശ്യമായ പടക്കോപ്പുകൾ ശേഖരിക്കാനും ഒരു സുരക്ഷിത താവളം എന്ന നിലയ്ക്കാണ് ഹൈദർ അലി പാലക്കാട് ഒരു കോട്ട പണിയാൻ തീരുമാനിച്ചത്. 1766-ൽ ഹൈദറുടെ കീഴിൽ ജോലി ചെയ്തിരുന്ന ഫ്രഞ്ച് എഞ്ചിനീയർ ആയിരുന്നു കോട്ടയുടെ ശില്പി.

ഇന്ന് കാണുന്നതിൽനിന്നും ഏറെ വ്യത്യസ്തമായിരുന്നു പാലക്കാട് കോട്ടയുടെ ആദ്യരൂപം. പി. എസ്. വാർഡന്റെ റിപ്പോർട്ടിൽ അത് കല്ലും കുമ്മായവും കൊണ്ടുണ്ടാക്കിയ ചതുരക്കോട്ടയാണ്. 1910ലെ ഫ്രാൻസിസ് ബുക്കാനന്റെ റിപ്പോർട്ടിൽ കോട്ടയുടെ ഉറപ്പിനു ഭീഷണിയാകുംവിധം കോട്ടയ്ക്കുമേൽ വളർന്നു പന്തലിച്ച ആൽമരങ്ങളെക്കുറിച്ച് പരാമർശമുണ്ട്. കോട്ടയ്ക്കകത്ത് പ്രവർത്തിക്കുന്ന സർക്കാർ ഓഫീസ് കെട്ടിടങ്ങളുടെ ചോർച്ചയെക്കുറിച്ചും. 1767ൽ ഇംഗ്ലീഷുകാരുമായുള്ള ഒരേറ്റുമുട്ടലിൽ കോട്ടയ്ക്ക് സാരമായ കേടുപാടുകൾ സംഭവിച്ചതായി കാണുന്നു. തുടർന്ന് ഹൈദർ കോട്ട വീണ്ടും ഉറപ്പാക്കി പണിതു. 1782ൽ ഹൈദറുടെ മരണത്തെ തുടർന്നാണ് കോട്ട മകൻ ടിപ്പുവിന്റെ നിയന്ത്രണത്തിലായത്.

ഹനുമാൻ ക്ഷേത്രം

1783ൽ ബ്രിട്ടീഷ് സൈന്യവും സാമൂതിരിയും ചേർന്ന് ടിപ്പുവിൽ നിന്ന് കോട്ട പിടിച്ചെടുത്തു. കോട്ട തിരിച്ചുപിടിക്കാൻ ടിപ്പു സൈന്യത്തെ അയച്ചു. തിരുവിതാംകൂറിന്റെ സഹായം പ്രതീക്ഷിച്ച് സാമൂതിരിപ്പട ഏറെനാൾ കോട്ടയിൽ താമസിച്ചെങ്കിലും പ്രതീക്ഷിച്ച സഹായം ലഭിച്ചില്ല. മാത്രമല്ല ടിപ്പുവിന്റെ മതദ്വേഷ നടപടികളിൽ സഹികെട്ട് സാമൂതിരിപ്പട പാലക്കാട് ഉപേക്ഷിച്ചു പോയതോടെ കോട്ട വീണ്ടും ടിപ്പുവിന്റെ അധീനത്തിലായി. ബ്രഹ്മഹത്യാ പാപത്തിൽ നിന്നും മോചനം നേടാനും തനിക്ക് കൂടുതൽ കരുത്ത് ലഭിക്കാനും ആരോ ഉപദേശിച്ചതനുസരിച്ച് ടിപ്പു പണികഴിപ്പിച്ചതാണത്രെ കോട്ടയ്ക്കകത്തെ ഹനുമാൻ ക്ഷേത്രം.

കോട്ട വീണ്ടും ബ്രിട്ടീഷ് കൈപ്പിടിയിൽ

1790ൽ ടിപ്പുവും ബ്രിട്ടീഷുകാരും തമ്മിൽ നടന്ന യുദ്ധത്തിൽ കോട്ട വീണ്ടും ബ്രിട്ടീഷുകാർ കൈവശപ്പെടുത്തി. തുടർന്ന് കോട്ടയുടെ സംരക്ഷണം, 19-ാം ഇംഗ്ലീഷ് ബറ്റാലിയൻ ക്യാപ്റ്റൻ ഡിവാറിൽ നിക്ഷിപ്തമായി. പാലക്കാട് കോട്ടയിൽ താവളം ഉറപ്പിച്ചാണ് ബ്രിട്ടീഷ് സൈന്യം ടിപ്പുവിന്റെ കോയമ്പത്തൂർ കോട്ട കീഴടക്കിയത്. തുടർന്ന് ടിപ്പുവിന്റെ തകർച്ചയുടെ നാളുകളായിരുന്നു.

1792 മാർച്ച് 18ന് കോൺവാലീസ് പ്രഭു ഒപ്പുവെച്ച ഉടമ്പടി പ്രകാരം ടിപ്പു മലബാർ പ്രദേശം മുഴുവൻ ഈസ്റ്റ് ഇന്ത്യാ കമ്പനിക്ക് ഒഴിഞ്ഞു കൊടുത്തു. കൂട്ടത്തിൽ തന്റെ ജയപരാജയങ്ങൾക്ക് സാക്ഷ്യം വഹിച്ച പാലക്കാട് കോട്ടയും. പിന്നീട് ഇംഗ്ലീഷുകാർ കോട്ടയുടെ കേടുപാടുകൾ തീർത്ത് ഇന്നു കാണുന്ന നിലയിലാക്കി. ഇംഗ്ലീഷുകാർ ഇന്ത്യ വിട്ടപ്പോൾ കാലാകാലങ്ങളിൽ ഇവിടെ ഭരണം നടത്തിയ ജനനായകന്മാർ പാലക്കാട് കോട്ടയുടെ അധിപന്മാരായി.

വീശിയടിക്കുന്ന പാലക്കാടൻ കാറ്റിനോട് കോട്ട പറഞ്ഞ വിസ്മയകഥകൾ കേട്ട് നിള ഇപ്പോഴും ഒരു വിളിപ്പാടകലത്തിൽ ശാന്തമായൊഴുകുന്നു. എല്ലാറ്റിനും മൂകസാക്ഷിയായി.

രാജാവിനെ കണ്ടവരുണ്ടോ

'പാലക്കാട് രാജാവിനെ കാണ്മാനില്ല' എന്ന വാർത്ത പത്രങ്ങളിൽ വന്നിട്ട് വർഷങ്ങൾ കഴിഞ്ഞു. കേരള പൊലീസും തമിഴ്നാട്

കാണാതായ പാലക്കാട് രാജാവ് പി.എൻ. രാമൻകുട്ടി അച്ചന്റെ പെൺമക്കൾ ലീലാവതിയും അമ്മിണിയും ഭർത്താക്കന്മാരോടൊപ്പം കുംഭകോണത്ത്.

പൊലീസും നിരന്തരം അന്വേഷിച്ചിട്ടും രാജാവിനെ കണ്ടെത്താനായില്ല. രാജാവ് ജീവിച്ചിരിപ്പുണ്ടോ അതോ മരിച്ചോ എന്നു പോലും ആർക്കും പറയാൻ കഴിയുന്നില്ല. അധികാരം കൈവിട്ടു പോയെങ്കിലും പി.എൻ. രാമൻകുട്ടി അച്ചൻ എന്ന പാലക്കാട്ടുശ്ശേരി ശേഖരിവർമ്മ വലിയ രാജ പാലക്കാടിന്റെ രാജാവായിരുന്നു.

കാണാതായ പാലക്കാട് രാജാവിനെ തേടിയുള്ള എന്റെ നീണ്ട യാത്ര അവസാനിച്ചത് തമിഴ്നാട്ടിലെ ക്ഷേത്രനഗരമായ കുംഭകോണത്തെ ഒരു ചേരിയിലെ ഓലമേഞ്ഞ സൂര്യകാന്തി ടാക്കീസിനു മുന്നിലാണ്. അന്ത വീട് പക്കത്തിലെ താൻ എന്നും പറഞ്ഞ് കുംഭകോണം റെയിൽവേ സ്റ്റേഷനിൽനിന്ന് എന്നെ ഓട്ടോയിൽ വിളിച്ചു കയറ്റിയ ഡ്രൈവർ, തേടിയിറങ്ങിയ വീട് കണ്ടെത്താനായില്ലെങ്കിലും 200 രൂപ വാടക വാങ്ങി സ്ഥലം വിട്ടു. അയാളെ കുറ്റം പറയാനാവില്ല, രാവിലെ ഏഴു മണിക്ക് എന്നോടൊപ്പം കൂടിയതാണ്. എങ്ങുമെത്താത്ത അന്വേഷണം അയാളെ മടുപ്പിച്ചിട്ടുണ്ടാവും.

ഇതിനകം ഉച്ചിയിൽ എത്തിക്കഴിഞ്ഞ സൂര്യന് നല്ല ചൂട്. ഒപ്പം വീശിയടിക്കുന്ന വരണ്ട കാറ്റും. എന്തെങ്കിലും കഴിച്ചിട്ടാവാം തുടർ അന്വേഷണം. അടുത്തുകണ്ട ചായക്കടയിലേക്ക് നടന്നു. ഇടുങ്ങിയ കടയിലെ വൃത്തിയില്ലാത്ത ചുമരിൽ തൂക്കിയിട്ട ഗുരുവായൂരപ്പന്റെ ഫോട്ടോ കണ്ണിൽപ്പെട്ടത് കൈകഴുകാൻ പോകുമ്പോഴാണ്. എന്റെ ഊഹം തെറ്റിയില്ല. കടയുടമ മലയാളി തന്നെ. പാലപ്പുറംകാരൻ രാഘവൻ നായർ.

എന്റെ ആഗമനോദ്ദേശ്യം അറിഞ്ഞപ്പോൾ തമിഴ് അറിയുന്ന ഒരു മലയാളി പയ്യനെ വഴികാട്ടിയായി ഒപ്പം പറഞ്ഞയയ്ക്കാൻ അദ്ദേഹം സന്മനസ്സ് കാട്ടി. ധാരാസുരത്തെ ഒരു ചായക്കടയിൽ ജോലിക്കാരനായ മണി എന്ന മണികണ്ഠനെ ആ പയ്യന്റെ സഹായത്തോടെ ഞാൻ കണ്ടെത്തി. മണികണ്ഠൻ എന്നെ അവന്റെ അമ്മ ലീലാവതിയുടെ അടുത്തെത്തിച്ചു.

വിശ്വസിക്കാൻ കഴിഞ്ഞില്ല, വാടകയ്ക്ക് കൊടുക്കുന്ന ഏതാനും പഴയ സൈക്കിളുകൾക്ക് കാവലിരിക്കുന്ന ഈ സ്ത്രീരൂപം ഒരു രാജകുമാരിയാണെന്ന്. പാലക്കാട് രാജാവിന്റെ മകളാണെന്ന്.

ആദ്യം കണ്ടപ്പോഴുള്ള അമ്പരപ്പ് വിട്ടൊഴിഞ്ഞതോടെ തമിഴ് ചുവയുള്ള പാലക്കാടൻ മലയാളത്തിൽ ലീലാവതി ഏറെ സംസാരിച്ചു. വിധിയുടെ വിളയാട്ടത്തിൽ ജനിച്ചു വളർന്ന കൊട്ടാരത്തിൽ നിന്നും ധാരാസുരത്തെ ഈ ഇടുങ്ങിയ മുറിയിലേക്ക് പറിച്ചു നടേണ്ടി വന്ന സ്വന്തം ജീവിതകഥ.

സംസാരം കേട്ടിട്ടാവണം കോലായിലെ ചാരുബഞ്ചിൽ ഉറങ്ങിക്കിടന്നിരുന്ന നരച്ച താടിയും മുടിയും നീട്ടി വളർത്തിയ അന്ധനായ വൃദ്ധൻ തപ്പിത്തടഞ്ഞ് ലീലാവതിയുടെ അടുത്തെത്തി. ഭർത്താവായ അണ്ടിക്കുറെ കൃഷ്ണ മേനോനെ ലീലാവതി പരിചയപ്പെടുത്തി. മലപ്പുറം ജില്ലയിലെ തവനൂരിനടുത്ത പോത്തനൂരാണ് കൃഷ്ണ മേനോന്റെ വീട്.

ഇതിനിടെ എവിടെനിന്നോ മറ്റൊരു സ്ത്രീയെ മണികണ്ഠൻ സൈക്കിളിൽ കൊണ്ടിറക്കി. അവരാണ് പാലക്കാട് രാജാവിന്റെ മൂത്ത മകൾ അമ്മിണി. അമ്മിണിയും ഭർത്താവും ധാരാസുരത്തെ മറ്റൊരു തെരുവിലാണ് താമസം. പാലക്കാട് നിന്ന് ആരോ വന്നതറിഞ്ഞ് അമ്മിണിയുടെ ഭർത്താവ് പാടൂർ നടുവിലിടത്തെ തമ്പുരാൻകുട്ടിയും അവിടെ എത്തി. എന്റെ ചോദ്യങ്ങൾക്കെല്ലാം ഉത്തരം പറഞ്ഞത് ലീലാവതിയായിരുന്നു.

“എല്ലാം വിധി. അല്ലാതെ എന്തു പറയാനാ. ആദ്യം തമിഴ്നാട്ടിലേക്കു പോന്നത് ചേച്ചിയാണ്. അക്കാലത്ത് ചേച്ചിയുടെ ഭർത്താവിന് ദിണ്ടിക്കലിൽ നല്ല കച്ചവടമായിരുന്നു. അവർ ക്ഷണിച്ചിട്ടാണ് ഞാനും ഭർത്താവും ദിണ്ടിക്കലിൽ എത്തിയത്. അവിടെ ഭർത്താവ് ചില ജോലികളിലെല്ലാം ഏർപ്പെട്ടെങ്കിലും ഒന്നും വിജയിച്ചില്ല. അതിനിടയ്ക്കാണ് ചേച്ചിയുടെ ഭർത്താവിന്റെ കച്ചവടം പൊളിഞ്ഞത്. അതോടെ ഞങ്ങൾ എല്ലാവരും ദിണ്ടിക്കൽ വിട്ട് കുംഭകോണത്തേക്ക് പോന്നു. ഇവിടെ വന്നിട്ടും വലിയ മെച്ചമൊന്നും ഉണ്ടായില്ല. പെൺമക്കളെയെല്ലാം ഇതിനകം കല്യാണം കഴിപ്പിച്ചയച്ചു. എല്ലാം തമിഴ്നാട്ടുകാർ തന്നെ. ഒരു മകനും ഇവിടെ നിന്ന് കല്യാണം കഴിച്ചു. ഇനി ഒരു മകൻ കൂടിയുണ്ട്.”

● *“ഇവിടത്തെ ജീവിതം സുഖമാണോ?”*

“എന്തു സുഖം..? ഞങ്ങളുടെ ജീവിതം നേരിൽ കണ്ടില്ലേ. മാസം നല്ലൊരു സംഖ്യ ചികിത്സയ്ക്കു വേണം. ഭർത്താവിന്റെ കണ്ണിന് കാഴ്ച കുറഞ്ഞു കുറഞ്ഞു വരികയാണ്. ഒരാളായിട്ട് ഉമ്മറത്തുണ്ട്, അത്രതന്നെ. ഈ പഴയ സൈക്കിളുകൾ വാടകയ്ക്കു കൊടുത്ത് കിട്ടുന്ന പണം കൊണ്ടാണ് ജീവിതം. മകൻ പണിയെടുക്കുന്ന ചായക്കടയിൽനിന്ന് എന്തെങ്കിലും കിട്ടും. ഞങ്ങളേക്കാൾ കഷ്ടമാണ് ചേച്ചിയുടെ കാര്യം.”

● *“രാജവാഴ്ച അവസാനിച്ചെങ്കിലും പാലക്കാട് രാജാവിന്റെ മക്കളാണ് അമ്മിണിയും ലീലാവതിയും എന്ന് ഇവിടത്തുകാർക്ക് അറിയാമോ..?”*

“ആർക്കും അറിയില്ല. ഇനിയിപ്പോ പറഞ്ഞാലും ആരും വിശ്വസിക്കില്ല. അതുകൊണ്ട് ആരോടും പറയാറില്ല. കൈയിൽ കാശില്ലാത്ത

ഈ രാജകുമാരിമാരെ ആർക്കു വേണം...? അച്ഛനെ കാണാതായതിനെത്തുടർന്ന് ഒന്നു രണ്ടു തവണ ഇവിടെ പൊലീസ് അന്വേഷിച്ചെത്തി. പൊലീസുകാരിൽ നിന്നു കിട്ടിയ വിവരം വെച്ചാവണം ഇവിടത്തെ ചില മലയാളി കുടുംബങ്ങൾക്ക് ഞങ്ങളെ മനസ്സിലായി. അവർ അതിനുശേഷം കാണുമ്പോൾ ഇത്തിരി ബഹുമാനം കാട്ടുന്നുണ്ട്."

● *"അച്ഛന്റെ തിരോധാനത്തെക്കുറിച്ച് എന്തെങ്കിലും അറിയാമോ...? അവസാനം കണ്ടത് എന്നാണ്...?"*

"ശരിക്കുള്ള ദിവസവും മാസവും ഓർക്കുന്നില്ല. പഴയ കലണ്ടർ നോക്കണം. 1992ൽ ആണ് സംഭവം. പ്രായാധിക്യം കൊണ്ടുള്ള ബുദ്ധിമുട്ടുകൾ ഏറെയുണ്ടെങ്കിലും അച്ഛൻ ഇടയ്ക്കെല്ലാം ഞങ്ങളെ കാണാൻ വരുമായിരുന്നു. അവസാനം വന്നത് മൂന്നു കൊല്ലം മുമ്പാണ്. അന്ന് നല്ല മഴയുണ്ടായിരുന്നു. ആ രാത്രിതന്നെ തിരിച്ചു പോകണമെന്ന് അച്ഛന് വലിയ നിർബന്ധം. എന്റെ കയ്യിൽനിന്ന് ഒരു കുടയും 300 രൂപയും വാങ്ങിച്ചാണ് പോയത്. അച്ഛന്റെ കയ്യിൽ അന്നേരം പഴയൊരു സഞ്ചിയും അതിൽ ബാങ്കിലെ പാസ് ബുക്കും മറ്റും ഉണ്ടായിരുന്നു. കഴുത്തിൽ, രാജാധികാരത്തിന്റെ ചിഹ്നമായ സ്വർണച്ചങ്ങലയും. പിന്നിട് പോലീസ് തിരക്കിയെത്തിയപ്പോഴാണ് അച്ഛനെ കാണാതായ വിവരം ഞങ്ങൾ അറിയുന്നത്. അഞ്ചു പവന്റെ സ്വർണമാല മോഷ്ടിക്കാൻ അച്ഛനെ ആ രാത്രിയിൽ ആരെങ്കിലും തട്ടിക്കൊണ്ടുപോയതാകാമെന്നാണ് എനിക്ക് തോന്നുന്നത്."

● *"അച്ഛൻ മരിച്ചതായി സ്ഥിരീകരിച്ചിട്ടില്ലാത്ത സ്ഥിതിക്ക് സർക്കാരിൽനിന്നും അച്ഛനു കിട്ടിക്കൊണ്ടിരുന്ന മാലിഖാന മക്കളായ നിങ്ങൾക്കു ലഭിക്കുന്നുണ്ടോ..?"*

"ഇല്ല. അരിയിട്ടു വാഴിക്കാത്തതിനാൽ അടുത്ത കിരിടാവകാശിക്കും ലഭിക്കുന്നില്ല. കേരളത്തിലെ സമ്പ്രദായമനുസരിച്ച് ഒരാളെ കാണാതായാൽ ഏഴു വർഷം കാത്തിരിക്കണമെന്നുണ്ട്. അതിനു ശേഷമെ അയാൾ മരിച്ചതായി കണക്കാക്കി ശേഷക്രിയകൾ നടത്താവൂ. അച്ഛൻ തിരിച്ചു വരുമെന്നു തന്നെയാണ് ഞങ്ങൾ ഇപ്പോഴും വിശ്വസിക്കുന്നത്. കാരണം രാജാവാകും മുമ്പ്, അമ്മയുള്ളപ്പോൾ തന്നെ, അച്ഛൻ ഇതുപോലെ പലപ്പോഴും നാടുവിട്ടുപോകലും ഏറെക്കാലം കഴിഞ്ഞ് തിരിച്ചുവരവും ഉണ്ടായിട്ടുണ്ട്."

● *"എന്താണ് നിങ്ങൾ നാട്ടിലേക്ക് വരാൻ ഇഷ്ടപ്പെടാത്തത്...?"*

"ബന്ധുക്കൾ എല്ലാം ഞങ്ങളെ കൈയൊഴിഞ്ഞതുപോലെയാണ്. മരിച്ചു എന്ന് സ്ഥിരീകരിക്കുംവരെ അച്ഛൻ തന്നെയാണ് കല്ലേക്കുളങ്ങര കൈപ്പത്തി ക്ഷേത്രത്തിന്റെ ട്രസ്റ്റി. എന്തെങ്കിലും ഔദ്യോഗിക രേഖകളിൽ ഒപ്പുവെയ്ക്കേണ്ടി വരുമ്പോൾ കല്ലേക്കുളങ്ങര ദേവസ്വത്തിൽനിന്ന് ആരെങ്കിലും ഇവിടെ വരും. അത്രതന്നെ. ഞങ്ങളുടെ

കഷ്ടപ്പാടുകൾ അവിടെ എല്ലാവർക്കും അറിയാം. എന്നാൽ അവ പരിഹരിക്കാൻ ആരും മുൻകൈയെടുക്കുന്നില്ല. എന്റെ മകന് ദേവസ്വം ഓഫീസിൽ ഒരു ജോലി കിട്ടുക എന്നത് എന്റെ വലിയ മോഹമാണ്. വലിയതൊന്നും വേണ്ട, ഒരു ശിപായിപ്പണിയെങ്കിലും കിട്ടിയിരുന്നെങ്കിൽ ഈ കുടുംബം രക്ഷപ്പെടും. അതിനുപോലും ആരും താല്പര്യം കാണിക്കുന്നില്ല എന്നറിയുമ്പോൾ ആർക്കാ പിന്നെ നാട്ടിലേക്ക് വരാൻ തോന്നുക. ഇവിടെ ഞങ്ങളെ ആരും രാജാവിന്റെ മക്കളായി അറിയില്ലല്ലോ. സൈക്കിൾ വാടകയ്ക്ക് കൊടുത്തും ചായക്കട നടത്തിയും കഷ്ടപ്പെട്ട് കഴിയാം. ലീലാവതിയുടെ കണ്ണുകൾ നിറഞ്ഞൊഴുകി.

കാണാതായ രാജാവ് പി.എൻ. രാമൻകുട്ടി അച്ചനുമുമ്പ് ഇ. കുഞ്ചു അച്ചൻ ആയിരുന്നു പാലക്കാട് വലിയ രാജ. അതിനുമുമ്പ് ഇ. കുട്ടിച്ചാത്തു അച്ചൻ. കെ.പി. കേശവമേനോന്റെ മകൻ മണിക്കമേലേടം കേശവനുണ്ണി അച്ചനാണ് 1999ൽ പാലക്കാട് രാജാവ്. 21-1-2024ന് അരിയിട്ടുവാഴിച്ച ഇളയച്ചനിടം പത്മലോചന വർമ്മയാണ് ഇപ്പോൾ പാലക്കാട്ടുശ്ശേരി ശേഖരീവർമ്മ എന്ന പാലക്കാട് രാജാവ്. രണ്ടാം സ്ഥാനി ഇളയരാജാവ്, പി.കെ. കൃഷ്ണനുണ്ണി അച്ചൻ. മൂന്നാം സ്ഥാനി, കാവശ്ശേരി രാജ പങ്ങി അച്ചൻ. നാലാം സ്ഥാനി, താലൻ തമ്പുരാൻ വി.പി. നാരായണൻകുട്ടി അച്ചൻ. അഞ്ചാം സ്ഥാനി, തിരിപൂത്തമുറ തമ്പുരാൻ പി.യു. ഉണ്ണാലച്ചൻ.

കല്ലേക്കുളങ്ങര കൈപ്പത്തി ക്ഷേത്രത്തിനു പുറമെ പാലക്കാട് ജില്ലയിലെ പതിനെട്ടോളം ക്ഷേത്രങ്ങളുടെ നടത്തിപ്പധികാരം പാലക്കാട് രാജാവിനായിരുന്നു. ഭൂപരിഷ്കരണ നിയമം വന്നതോടെ പാലക്കാട് രാജാവിന്റെ അനന്തമായ ഭൂസ്വത്തുക്കൾ ഏതാണ്ട് മുഴുവനായും കുടിയാന്മാരുടെ കൈവശമായി. വനം ദേശസാൽക്കരിച്ചതോടെ രാജാവിന്റെ മുഖ്യ വരുമാന സ്രോതസ്സായ കാടുകളും കൈവിട്ടുപോയി. അതോടെ ഉപജീവനത്തിനുവേണ്ടി പാലക്കാട് രാജാക്കന്മാർ തൊഴിൽതേടി പുറത്ത് അലയേണ്ടിവന്നത് കാലനിയോഗം.

തരൂർ സ്വരൂപം

പാലക്കാട് രാജവംശത്തിന്റെ ഉത്ഭവത്തെക്കുറിച്ച് ചരിത്രകാരന്മാർ ഏകാഭിപ്രായക്കാരല്ല. കേരളം ഭരിച്ച മറ്റു നാട്ടുരാജവംശങ്ങളെപോലെ പാലക്കാട് വാണ നെടുംപുറയൂർ നാട്ടുടയവരുടെ ചരിത്രവും ചേരമാൻ പെരുമാളിൽ നിന്നാരംഭിക്കുന്നു. പഴയ കേരളത്തിലെ പ്രധാനപ്പെട്ട 18 നാടുകളിൽ ഒന്നായിരുന്നു നെടുംപുറയൂർ നാട്. ഇന്നത്തെ പാലക്കാട് ജില്ലയും തൃശൂർ ജില്ലയിലെ തലപ്പിള്ളി

താലൂക്കും ഉൾപ്പെട്ടതായിരുന്നു പഴയ നെടുംപുറയൂർ നാട്. കാലാന്തരത്തിൽ നെടുംപുറയൂർ നാട്, തരൂർ സ്വരൂപമായും ശേഷം പാലക്കാട്ടുശ്ശേരിയായും പിന്നീട് പാലക്കാട് എന്നും അറിയപ്പെട്ടു.

മധുര ആസ്ഥാനമായി രാജ്യം ഭരിച്ച പാണ്ഡ്യരാജവംശത്തിലെ ഒരംഗമാണ് ഈ രാജവംശം സ്ഥാപിച്ചതെന്ന് പറയപ്പെടുന്നുണ്ട്. മറ്റൊരു കഥ, ഏതോ ഗിരി കന്യകയെ വിവാഹം കഴിച്ചതിനാൽ ഭ്രഷ്ട് കല്പിക്കപ്പെട്ട പെരുമ്പടപ്പ് സ്വരൂപത്തിലെ ഒരു രാജകുമാരൻ സ്ഥാപിച്ചതാണ് ഈ രാജവംശം എന്നാണ്.

രണ്ടാം ചേരസാമ്രാജ്യത്തിന്റെ ആരംഭത്തിൽ നെടുംപൊറയൂർ ഭരിച്ചിരുന്ന ഒരു സ്വരൂപം പല ശാഖകളായി പിരിഞ്ഞു. തരൂർ ആസ്ഥാനമായി ഭരണം നടത്തിയവർ തരൂർ സ്വരൂപം എന്ന് അറിയപ്പെട്ടു. തരൂർ സ്വരൂപത്തിലെ ഓരോ ശാഖയും പിൽക്കാലത്ത് ഓരോ ഇടം ആയിത്തീർന്നു. ഇടത്തിലെ പുരുഷപ്രജകൾ അച്ചൻ എന്നും സ്ത്രീകൾ നേത്യാരമ്മ എന്നും അറിയപ്പെട്ടു. ഇടങ്ങളിലെ ഏറ്റവും മുത്ത ആൺ പ്രജയെയാണ് പാലക്കാട് രാജാവായി അരിയിട്ടു വാഴിക്കുന്നത്. പാലക്കാട്ടുശ്ശേരി ശേഖരീ വർമ്മ വലിയ രാജാവെന്നാണ് പാലക്കാട് രാജാവിന്റെ സ്ഥാനപ്പേര് എന്നു പറഞ്ഞല്ലോ. അഞ്ചു കൂർ വാഴ്ചയാണ് ഭരണം. രാജാവ്, ഇളയരാജാവ്, കാവശ്ശേരി രാജാവ്, താലൻ തമ്പുരാൻ, തരിപ്പുത്ത്മുറ (തരിഷ്ഠതമുറ രാജ) തമ്പുരാൻ എന്നിങ്ങനെയാണ് സ്ഥാനക്രമം. കോണിക്കലിടം, പുഴക്കലിടം, പാടൂർ നടുവിലിടം, പുളിക്കലിടം, പരുവായ്ക്കലിടം, മണിക്കമേലേടം, ഇളയച്ചനിടം, പുത്തനിടം എന്നിവയാണ് ഈ രാജപരമ്പരയിലെ പ്രധാന ശാഖകൾ.

ഏമൂർ ഭഗവതി ക്ഷേത്രം

പാലക്കാട് ജില്ലയിലെ അകത്തേത്തറ പഞ്ചായത്തിലാണ് ഏമൂർ ഭഗവതി ക്ഷേത്രം. പണ്ട് പാലക്കാട് രാജാക്കൻമാരുടെ (തരൂർ സ്വരൂപം) ആസ്ഥാനമായിരുന്നു അകത്തേത്തറ. ഏമൂർ ഭഗവതി പാലക്കാട് രാജവംശത്തിന്റെ പരദേവതയും. പാലക്കാട് രാജാക്കന്മാരെ കുറൂർ നമ്പൂതിരിപ്പാട് അരിയിട്ടു വാഴിച്ചിരുന്നത് ഏമൂർ ക്ഷേത്രത്തിൽ വെച്ചായിരുന്നു. പഴയ രേഖകൾ അനുസരിച്ച് പാലക്കാട് രാജാവാണ് ഈ ക്ഷേത്രത്തിന്റെ പാരമ്പര്യ ട്രസ്റ്റിയും ഒന്നാം ഊരാളനും.

1982ൽ അന്നത്തെ ഇന്ത്യൻ പ്രധാനമന്ത്രി ശ്രീമതി ഇന്ദിരാഗാന്ധി ഏമൂർ ഭഗവതി ക്ഷേത്രം സന്ദർശിച്ചിട്ടുണ്ട്. അതിനു ശേഷമാണ് ഇന്ത്യൻ നാഷ്ണൽ കോൺഗ്രസ്സിന്റെ ചിഹ്നം കൈപ്പത്തിയായത്.

ഐതീഹ്യമനുസരിച്ച് കല്ലേക്കുളങ്ങര ഏമൂർ ഭഗവതി ക്ഷേത്രത്തിന് കേരളോല്പത്തിയോളം പഴക്കമുണ്ട്. താൻ കടലിൽനിന്ന്

ഏമൂർ ഭഗവതിക്ഷേത്രം

വീണ്ടെടുത്ത കേരളത്തിന്റെ സംരക്ഷണത്തിനായി പരശുരാമൻ നാല് അംബികാ ക്ഷേത്രങ്ങൾ നിർമിച്ചു. ദേവി ബാലാംബികയെ കന്യാകുമാരിയിലും ദേവി ലോകാംബികയെ വടകര ലോകനാർ കാവിലും, ദേവി മൂകാംബികയെ കൊല്ലൂരിലും, ദേവി ഹേമാംബികയെ പാലക്കാടും പ്രതിഷ്ഠിച്ചു എന്നാണ് സങ്കല്പം. പാലക്കാടൻ മലനിരകളിൽ അധിവസിച്ചിരുന്ന നീലാസുരനെ നിഗ്രഹിക്കാനാണ്

അരിയിട്ടുവാഴ്ച

പരശുരാമന്റെ അഭ്യർത്ഥനയനുസരിച്ച് ദേവി ദുർഗ്ഗയോടൊപ്പം പാലക്കാട് എത്തുന്നത്. നീലാസുരനിഗ്രഹം കഴിഞ്ഞ ദേവി കരിമലയിൽ ഹേമാംബികയായും മണപ്പള്ളിക്കാവിൽ ദുർഗ്ഗയായും കുടിയിരുന്നു.

കുറൂർ നമ്പൂതിരിപ്പാട്

കരിമലയിൽ നിന്ന് ഹേമാംബിക കല്ലേക്കുളങ്ങരയിൽ എത്തിയ കഥയിങ്ങനെ. ആദിശങ്കരന്റെ കാലത്താണ് സംഭവം. അക്കാലത്ത് കുറൂർ നമ്പൂതിരിപ്പാടിന്റെ ഒരില്ലം കല്ലേക്കുളങ്ങരയിൽ ഉണ്ടായിരുന്നു. നിത്യവും കുറൂർ നമ്പൂതിരിപ്പാട് സ്വന്തം ഇല്ലത്തുനിന്ന് നടന്ന് കരിമലയിലെത്തി ദേവീപൂജ നടത്തുമായിരുന്നു. പ്രായാധിക്യം കൊണ്ട് മല കയറാനുള്ള വിഷമം അറിയിച്ചപ്പോൾ, ദേവി നമ്പൂതിരിപ്പാടിനു വേണ്ടി കരിമലയ്ക്കു താഴെ മുതിരാംകുന്നിൽ ആരൂഢയായി.

കുറൂർ നമ്പൂതിരിപ്പാട് ഏറെക്കാലം മുതിരാംകുന്നിലെത്തി ദേവീപൂജ നടത്തി. പ്രായം തളർത്തിയ നമ്പൂതിരിപ്പാടിന് അത്രയും ദൂരം നടക്കാൻ കഴിയാതെ വന്നപ്പോൾ അദ്ദേഹത്തിന്റെ കുളത്തിൽ ദേവി തന്റെ കൈകൾ ഉയർത്തി ദിവ്യദർശനം നൽകി. ദേവീദർശനം ലഭിച്ച നമ്പൂതിരിപ്പാട് സന്തോഷാധിക്യത്താൽ നീന്തിച്ചെന്ന് ആ വിരൽത്തുമ്പിൽ സ്പർശിച്ചെന്നും അതോടെ ദേവിയുടെ കൈകൾ കല്ലായ് മാറിയെന്നുമാണ് ഐതിഹ്യം. കുളത്തിൽ പൊങ്ങിയ കൈപ്പത്തി കല്ലായ്ത്തീർന്നു എന്ന അർത്ഥത്തിലാവണം സ്ഥലനാമം കല്ലായ്ക്കുളങ്ങരയായത്. കല്ലായ്ക്കുളങ്ങര, കാലാന്തരത്തിൽ കല്ലേക്കുളങ്ങരയായി. കിഴക്കോട്ടു ദർശനമായ ഹേമാംബികയാണ് കല്ലേക്കുളങ്ങരയിലെ പ്രധാന മൂർത്തി. ഇവിടെ പൂജാവിധികൾ ചിട്ടപ്പെടുത്തിയത് ആദിശങ്കരനത്രെ. രാവിലെ സരസ്വതി, ഉച്ചയ്ക്ക് ലക്ഷ്മി. വൈകീട്ട് ദുർഗ്ഗ എന്നീ സങ്കല്പത്തിലാണ് ഇവിടത്തെ പൂജകൾ.

■

കൽപ്പാത്തി

'കാശിയിൽ പാതി കൽപ്പാത്തി' എന്നൊരു ചൊല്ലുണ്ട്. ഗംഗാനദിക്കരയിലെ കാശിക്കു (വാരാണസി) സമാനമായി കൽപ്പാത്തിയിലും ഒരു വിശ്വനാഥ ക്ഷേത്രവും ശ്മശാനവും പുഴയും മറ്റു അനുബന്ധങ്ങളും ഉള്ളതുകൊണ്ടാണ് ഇങ്ങനെയൊരു വാമൊഴി ഉണ്ടായതെന്ന് കേട്ടിട്ടുണ്ട്. ദക്ഷിണ ഗംഗ എന്ന് അറിയപ്പെടുന്ന ഭാരതപ്പുഴയുടെ പ്രധാന പോഷകനദിയായ കൽപ്പാത്തിപ്പുഴ രൂപം കൊള്ളുന്നത്, പശ്ചിമഘട്ടത്തിൽനിന്ന് ഉത്ഭവിക്കുന്ന കാരായ്പുഴ, വാളയാർ, മലമ്പുഴ എന്നീ നാലു പുഴകൾ സംഗമിച്ചാണ്. ആനമലയിൽനിന്ന് ഉത്ഭവിക്കുന്ന കാരായ്പ്പുഴ, വരട്ടാർ എന്നിവ താമ്പലത്തു വച്ച് വാളയാർ പുഴയുമായി സംഗമിക്കുന്നു. തുടർന്ന് ഈ പുഴ അറിയപ്പെടുന്നത് കോരയാർ എന്ന പേരിലാണ്. അകമലവാരത്തുനിന്നു വരുന്ന മലമ്പുഴ, പാലക്കാട്ടെ പൊതുശ്മശാനമായ മാട്ടുമന്ത

കൽപ്പാത്തിപ്പുഴ

ത്രിമൂർത്തി ക്ഷേത്രനടയിലെ മുകൈ എന്ന സ്ഥലത്തുവെച്ച് കോരയാറിൽ ലയിക്കും. തുടർന്ന് കൽപ്പാത്തിപ്പുഴ എന്ന പേരിൽ 12 കി.മി. ദൂരം പടിഞ്ഞാട്ടൊഴുകി പറളിയിൽവച്ച് ചിറ്റൂർ പുഴയുമായി ചേരുമ്പോഴാണ് ഭാരതപ്പുഴയാകുന്നത്.

ഭാരതപ്പുഴ ഇവിടെ ഒഴുകുന്നത് വലിയൊരു കരിങ്കൽപ്പാത്തിയിലൂടെയാണോ എന്നു തോന്നിപ്പോകുന്നതു കൊണ്ടാണത്രെ ഈ ഭൂമിക, കൽപ്പാത്തി എന്ന് അറിയപ്പെട്ടത്. കാശിയിലെ പോലെ തകർന്നടിഞ്ഞ ഒട്ടേറെ സ്നാന ഘട്ടങ്ങളും ആളൊഴിഞ്ഞ വേദപാഠശാലകളും ഈ കൽപ്പാത്തിപ്പുഴയോരത്തുമുണ്ട്. 1997-ൽ കൽപ്പാത്തിയിൽ അവസാനത്തെ സോമയാഗം നടന്നു. കാവേരീ തീരത്തെ മായപുരത്തുനിന്നും കൊല്ലവർഷം ആറാം ശതകത്തിൽ കുടിയേറിയെത്തിയ തമിഴ് ബ്രാഹ്മണരുടെ പിൻമുറക്കാരാണ് ഇന്നുള്ള കൽപ്പാത്തി ഗ്രാമക്കാർ. അന്നത്തെ പാലക്കാട് രാജാവ് അവരെ ഇവിടെ കുടിയിരുത്തി. ഇന്ന് പാലക്കാട് നഗരസഭ അതിർത്തിയിലെ പ്രധാന പൈതൃക അഗ്രഹാര സമുച്ചയമാണ് കൽപ്പാത്തി ഗ്രാമം. ചാത്തപുരം, ഗോവിന്ദരാജപുരം, ചൊക്കനാഥപുരം, ലക്ഷ്മീനാരായണപുരം എന്നിവയെല്ലാം ഈ കൽപ്പാത്തി ഗ്രാമത്തിലെ തമിഴ് ബ്രാഹ്മണ അഗ്രഹാര വീഥികളാണ്. ഏകദേശം രണ്ടായിരത്തിലധികം കുടുംബങ്ങൾ ഇന്നിവിടെ ഈ പൈതൃകഗ്രാമ സമുച്ചയത്തിൽ താമസക്കാരായിട്ടുണ്ട്.

കാശിവിശ്വനാഥ ക്ഷേത്രം

തമിഴ്നാട്ടിലെ മായപുരത്തെ (മയിലാടുംതുറ) മയൂരനാഥ ക്ഷേത്രത്തിനു സമാനമാണ് കൽപ്പാത്തി കാശിവിശ്വനാഥ ക്ഷേത്രം. പ്രധാന മൂർത്തി കിഴക്കോട്ടു ദർശനമായ ശിവൻ. ഗംഗാധരൻ, ചണ്ഡികേശൻ, കാലഭൈരവൻ, സൂര്യൻ, നന്ദികേശൻ, മുരുകൻ എന്നിവർ ഉപദേവന്മാർ.

ക്ഷേത്രപ്പിറവിയുമായി ബന്ധപ്പെട്ട ഐതിഹ്യം ഇങ്ങനെ. പണ്ടൊരുനാൾ കാശി തീർത്ഥാടനം കഴിഞ്ഞ് കൽപ്പാത്തിയിലെത്തിയ മായപുരത്തുകാരി ലക്ഷ്മി അമ്മാൾ എന്ന ബ്രാഹ്മണസ്ത്രീ, അവർക്ക് കാശിയിൽനിന്നു ലഭിച്ച വിശിഷ്ടമായ ബാണലിംഗവും അവരുടെ അതുവരെയുള്ള സമ്പാദ്യമായ 1329 സ്വർണ്ണ നാണയങ്ങളും അന്നത്തെ പാലക്കാട്ട് രാജാവായ ഇട്ടിക്കോമ്പി അച്ചനെ ഏല്പിച്ചെന്നും, അതുപയോഗിച്ച് രാജാവ് കൽപ്പാത്തി പുഴയോരത്ത് ഈ ക്ഷേത്രം പണിതു നൽകിയെന്നുമാണ് കഥ. C.E. 1425ൽ മിഥുനത്തിലെ കറുത്ത വാവിനായിരുന്നു ഈ ക്ഷേത്രത്തിൽ ബാണലിംഗ പ്രതിഷ്ഠ നടത്തിയത്.

കൽപ്പാത്തി കാശിവിശ്വനാഥ ക്ഷേത്രം

തമിഴകത്തെ കാവേരി തീരത്തുള്ള മായപുരത്തുനിന്നും കുടിയേറിയെത്തിയ തമിഴ് ബ്രാഹ്മണരുടെ പിൻഗാമികളാണല്ലോ ഇന്നത്തെ കൽപ്പാത്തി ഗ്രാമക്കാർ. അവർ മായപുരത്തെപോലെ പാലക്കാടും അഗ്രഹാരങ്ങളും തെരുവീഥികളും തീർത്തു. ഓരോരോ അഗ്രഹാരത്തെരുവിലും ഓരോ ക്ഷേത്രവും. പിൽക്കാലത്തെപ്പോഴോ തമിഴിനോടൊപ്പം മലയാളവും അവരുടെ മാതൃഭാഷയായി. മായപുരത്തെപ്പോലെ മഴയൊഴിയുന്ന അപ്പശി മാസത്തിലെ അവസാന നാളുകളിൽ (തുലാം 28, 29, 30) കൽപ്പാത്തി കാശി വിശ്വനാഥ ക്ഷേത്രസന്നിധി, ദേവരഥ സംഗമത്തിനു വേദിയാകും.

ചിറ്റൂർ

ആനമലയിൽനിന്ന് ഒഴുകിയെത്തുന്ന 'അമരാവതിപ്പുഴ' മൂലത്തറ റഗുലേറ്ററിലൂടെ കേരളത്തിലേക്ക് പ്രവേശിക്കുമ്പോൾ 'ചിറ്റൂർ പുഴ' എന്ന് അറിയപ്പെടും. 'ചിറ്റാർ' ആണ് ചിറ്റൂർ പുഴയായത്. ഇവിടെ പുഴയ്ക്ക് ശോകനാശിനീഭാവമാണ്. അതുകൊണ്ടാവണം ഭാഷാ പിതാവായ തുഞ്ചത്തെഴുത്തച്ഛൻ ചിറ്റൂർ പുഴയെ 'ശോകനാശിനി' എന്ന് വിശേഷിപ്പിച്ചത്. പഴയ വെട്ടത്തു നാട്ടിലെ തിരൂർ തുഞ്ചൻ പറമ്പിൽ ജനിച്ച തുഞ്ചത്തു രാമാനുജൻ എഴുത്തച്ഛൻ ചിറ്റൂർ തെക്കേ ഗ്രാമത്തിലെ രാമാനന്ദ അഗ്രഹാരത്തിലാണ് സമാധിയായത്. ചമ്പ ത്തിൽ മന്നടിയാരിൽനിന്ന് 4000 പണത്തിനു വാങ്ങിയ ഭൂമിയിൽ ഒരു ഗ്രാമവും (തെക്കേ ഗ്രാമം), മഠവും ശ്രീരാമ ക്ഷേത്രവും നിർ മ്മിച്ചു. 1548ൽ ആണ് തുഞ്ചത്തെഴുത്തച്ഛൻ ചിറ്റൂരിലെത്തുന്നത്.

ചിറ്റൂർ പുഴ

അക്കാലത്ത് ചിറ്റൂർ അറിയപ്പെട്ടിരുന്നത് 'രാമാനന്ദപുരം' എന്ന പേരിലാണ്. രാമാനന്ദപുരത്ത് എത്തിയ എഴുത്തച്ഛൻ രാമാനുജൻ ആയി. കൊല്ലവർഷം 732ൽ (C.E. 1557) ധനുവിലെ ഉത്രം നാളിലാണ് എഴുത്തച്ഛന്റെ മരണം.

കൊങ്ങൻപട

കൊങ്ങൻപട ഐതിഹ്യത്തിന് ചിറ്റൂർ പുഴയുമായി വലിയ ബന്ധമുണ്ട്. ഒമ്പതാം നൂറ്റാണ്ടിൽ പാലക്കാട് രാജാവ് ശേഖരീ വർമ്മയുടെ അധീനത്തിലുള്ള ചിറ്റൂർ, കൊങ്ങ് രാജാവ് ആക്രമിച്ചപ്പോൾ കൊച്ചി, നെടിയിരിപ്പ്, വള്ളുവനാട് രാജാക്കന്മാരുടെ സഹായത്തോടെ ചിറ്റൂർ നിവാസികൾ തുരത്തിയോടിച്ചു. ഈ ചരിത്ര സംഭവത്തിന്റെ ഓർമ്മ പുതുക്കാൻ വർഷം തോറും കുംഭത്തിലെ ശുക്ലപക്ഷത്തിൽ ചിറ്റൂർ ഭഗവതി ക്ഷേത്രം കേന്ദ്രീകരിച്ച് 'കൊങ്ങൻപട'യുത്സവം ആഘോഷിക്കപ്പെടുന്നു.

കൊല്ലവർഷം 71 (C.E. 896) കുംഭം 18 തിങ്കളാഴ്ച ആദിത്യവർമ്മ എന്നൊരു ചോള രാജാവ് ചിറ്റൂരിലേക്ക് പട നയിച്ചു എന്നാണ് ഒരു കഥ. എന്നാൽ C.E. 850 മുതൽ 896 വരെ കൊങ്ങുനാട് ഭരിച്ച 'രട്ടിത്തല കൊണ്ടുകണ്ട രാജാധിരാജ'നാണ് പട നയിച്ചതെന്നാണ് കഥയുടെ പാഠഭേദം.

ചോള നാട്ടിൽ സുലഭമായ മുളക്, വെങ്കായം, കൊത്തമല്ലി എന്നിവ കച്ചവടത്തിനായി ചിറ്റൂരിലെത്തിച്ച് അവിടെനിന്ന് നെല്ല്,

കൊങ്ങൻപട

അടയ്ക്ക, ഇഞ്ചി, എണ്ണ, കരിമ്പ്, കുരുമുളക് എന്നിവ കൊങ്ങുനാട്ടിലേക്ക് കൊണ്ടു പോകുന്ന ബാർട്ടർ സമ്പ്രദായമാണ് അന്ന് നിലവിലിരുന്നത്. കൊല്ലവർഷം 71ലെ തുലാം-വൃശ്ചികമാസത്തിൽ കച്ചവടത്തിനുള്ള ചരക്കുമായി കൊങ്ങർ ചിറ്റൂരിലെത്തിയെങ്കിലും അവിടെ ഓഫ് സീസൺ ആയതിനാൽ ആഗ്രഹിച്ച പോലെ കച്ചവടം നടന്നില്ല. അതേ തുടർന്ന് അവർ ചിറ്റൂർ പുഴയ്ക്ക് അക്കരെയുള്ള പട്ടഞ്ചേരി ഗ്രാമത്തിലേക്ക് പോകും വഴി പുഴയിൽ പെട്ടെന്നുണ്ടായ വെള്ളപ്പൊക്കത്തിൽ ചരക്കുകൾ എല്ലാം നഷ്ടപ്പെട്ടു. ഒരു വിധം രക്ഷപ്പെട്ട് രാജസന്നിധിയിൽ തിരിച്ചെത്തിയവർ, ചിറ്റൂർ നിവാസികൾ അവരുടെ സ്വത്തും പണവും കൊള്ളയടിച്ചു എന്ന് രാജാവിനോട് കള്ളം പറഞ്ഞു. ഇതറിഞ്ഞ് കോപിഷ്ഠനായ രാജാവ് ചിറ്റൂർ നിവാസികളെ ഒരു പാഠം പഠിപ്പിച്ച് സ്വത്തുവീണ്ടെടുക്കാൻ മന്ത്രിയോടൊപ്പം ചിറ്റൂർക്ക് പുറപ്പെട്ടു.

ചിറ്റൂർ നിവാസികൾ സാമൂതിരി, വള്ളുവക്കോനാതിരി, കൊച്ചി രാജാക്കന്മാരുടെ സഹായത്തോടെ കൊങ്ങരോടേറ്റുമുട്ടി. യുദ്ധത്തിൽ ഇരുഭാഗത്തും കനത്ത നാശം സംഭവിച്ചു. ചോളരാജാവ് യുദ്ധക്കളത്തിൽ മരിച്ചുവീണു. അതോടെ കൊങ്ങരുടെ യുദ്ധക്യാമ്പിൽ ഉണ്ടായ ആശയക്കുഴപ്പം മുതലെടുത്ത് ചിറ്റൂരിലെ ജനങ്ങൾ കൊങ്ങൻ പടയെ തുരത്തിയോടിച്ചു. ചിറ്റൂർ കാവ് ഭഗവതിയാണ് യുദ്ധത്തിൽ ചിറ്റൂർ നിവാസികളെ സഹായിച്ചതെന്ന വിശ്വാസത്തിന്റെ ഭാഗമായിട്ടാണ് ഇപ്പോഴും ചിറ്റൂർ കാവിൽ കീഴ്‌വഴക്കാചാരങ്ങളോടെ വർഷം തോറും കൊങ്ങൻപട ഉത്സവം ആഘോഷിക്കുന്നത്.

കൊങ്ങൻപടയെ തോല്പിച്ചതിന്ന് പ്രതിഫലമെന്നോണം കൊച്ചിക്ക് സമ്മാനിച്ച 'നാലുദേശവും കൊടകര നാടും' ഇന്നത്തെ പാലക്കാട് ജില്ലയിലെ കൊല്ലങ്കോട് ഒഴിച്ചുള്ള ചിറ്റൂർ താലൂക്കാണ്. ചിറ്റൂർ, പട്ടഞ്ചേരി, നല്ലേപ്പള്ളി, തത്തമംഗലം എന്നീ സ്ഥലങ്ങളായിരുന്നു നാലുദേശം. നെന്മാറ, കൊടകരനാടും. ഇന്നത്തെ ചിറ്റൂർ ആയിരുന്നു പഴയ നാലുദേശത്തിന്റെ തലസ്ഥാനം. പോത്തുണ്ടി, നെല്ലിയാമ്പതി, പറമ്പിക്കുളം വനമേഖലകൾ കൊടകരനാടിന്റെ ഭാഗമായിരുന്നു.

പാലക്കാട് ചുരത്തിന്റെ മദ്ധ്യത്തിലാണ് ചിറ്റൂരിന്റെ സ്ഥാനം. അതുകൊണ്ടാവണം ചിറ്റൂരിൽ കോയമ്പത്തൂരിലെ കാലാവസ്ഥയാണ്. C.E. 1700ലെ കേണൽ ഫുള്ളറിന്റെയും ഫ്രാൻസിസ് ബുക്കാനിന്റെയും റിപ്പോർട്ടുകളിൽ ചിറ്റൂരിനും 5.5 കി.മീ വടക്കു കിഴക്കുള്ള നല്ലേപ്പള്ളി മുതൽ തമിഴ്നാട് അതിർത്തിയായ പൊള്ളാച്ചിവരെ ജനവാസമില്ലാത്ത കാടുകളായിരുന്നു. പിൽക്കാലത്ത് അവിടെ കുടിയേറിയ കർഷകരാണ് അവിടെ വില്ലേജുകൾ സൃഷ്ടിച്ചത്. അന്ന്

കൃഷിക്കു വേണ്ടി പതിച്ചു നൽകിയ സ്ഥലങ്ങളാണ് പിൽക്കാലത്ത് പതിയിൽ അവസാനിക്കുന്ന സ്ഥലനാമങ്ങളായത്. ആട്ടേംപതി, എറവട്ടപ്പാറ പതി, ഏരുത്തേമ്പതി, ഒഴലപ്പതി, കുന്നംകാട്ടു പതി, കോഴിപ്പതി, തേനമ്പതി, വടകരപ്പതി, മഞ്ചിക്കുന്നു പതി, വലിയവല്ലം പതി എന്നിങ്ങനെ ആ പട്ടിക നീളുന്നു. വടകരപ്പതിയിലുടെയാണ് കല്പാത്തിപ്പുഴയുടെ പോഷകനദിയായ 'വരട്ടാർ' ഒഴുകുന്നത്. കല്പാത്തിയുടെ മറ്റൊരു പോഷകനദിയായ 'കോരയാർ' ഒഴുകുന്നത് മഞ്ചിക്കുന്ന് പതിയിലൂടെയും.

അഞ്ചു കി.മീ. തെക്കുപടിഞ്ഞാറുള്ള തത്തമംഗലവും ചേർത്ത് 1891ൽ തന്നെ ചിറ്റൂർ ഒരു പട്ടണമായി രൂപം കൊണ്ടു. 1920ൽ ചിറ്റൂർ തത്തമംഗലം മുനിസിപ്പാലിറ്റി പിറന്നു. 1938ൽ രണ്ടും വെവ്വേറെയാക്കിയെങ്കിലും 1947ൽ ചിറ്റൂർ തത്തമംഗലം മുനിസിപ്പാലിറ്റി പുനഃസ്ഥാപിച്ചു. 1949 ൽ തിരുവിതാംകൂർ കൊച്ചി ലയനത്തോടെ ചിറ്റൂർ തൃശ്ശൂർ ജില്ലയിലെ ഒരു താലൂക്കായി. 1957ൽ നടന്ന ജില്ലാ പുനർവിഭജനത്തിൽ ചിറ്റൂർ വീണ്ടും പാലക്കാട് ജില്ലയിലായി.

1820ൽ തത്തമംഗലം സന്ദർശിച്ച ബി എസ് വാർഡിന്റെ റിപ്പോർട്ടിൽ ചിറ്റൂരിലെ 'ചാന്നാൻ' വർഗ്ഗക്കാർ പന ചെത്തി കള്ളെടുക്കുന്നതായും ആ കള്ളിൽനിന്ന് ചാരായം വാറ്റിയിയിരുന്നതായും പറയുന്നു.

പറമ്പിക്കുളം ആളിയാർ കരാർ

1958 നവംബർ 1 മുതൽ മുൻകാല പ്രാബല്യത്തോടെ 1970 മേയ് 29ന് ആണ് PAP കരാർ ഒപ്പിട്ടത്. ഓരോ 30 വർഷം കഴിയുമ്പോഴും സാഹചര്യങ്ങൾ വിലയിരുത്തി കരാർ വ്യവസ്ഥകൾ പുനരവലോകനം ചെയ്യണമെന്നുണ്ട്. ഇതുവരെ പുനരവലോകനം നടന്നില്ല. കാരണം കേരളത്തിന്റെ ഭാഗത്തുനിന്നുള്ള വീഴ്ചയാണ്. PAP കരാർ തമിഴ്നാട്ടിനേക്കാളുപരി കേരളത്തെയാണ് ബാധിക്കുക. ചിറ്റൂർപുഴ പദ്ധതി പ്രദേശത്തെ 20,000 ഹെക്ടർ നെൽകൃഷി പൂർണ്ണമായും പറമ്പിക്കുളം ആളിയാർ ജലത്തെ ആശ്രയിച്ചാണ്. മാത്രമല്ല മൂലത്തറ മുതൽ ചിറ്റൂർ, കൊഴിഞ്ഞാമ്പാറ ഫർക്ക ഉൾപ്പെടെ ചിറ്റൂർ മേഖലയിലെ മുഴുവൻ പ്രദേശത്തും ശുദ്ധജലമെത്തിക്കുന്നത് പറമ്പിക്കുളം ആളിയാർ ജലം ഉപയോഗപ്പെടുത്തിയാണ്.

പറമ്പിക്കുളം-ആളിയാർ കരാർ അനുസരിച്ച് ആളിയാർ പുഴയിൽനിന്നാണ് ചിറ്റൂർ പുഴയിലേക്ക് വെള്ളമെത്തിക്കുന്നത് എന്നു പറഞ്ഞല്ലോ. PAP കരാർ പ്രകാരം ഒരു ജലവർഷം 7.25 TMC വെള്ളം തമിഴ്നാട് സർക്കാർ കേരളത്തിനു നൽകണം. ഇതിനു പുറമെ പറമ്പിക്കുളത്ത് അതിവർഷമുണ്ടായാൽ ആനുപാതിക ജലത്തിന്

കേരളത്തിന് അർഹതയുണ്ട്. മണക്കടവ് വിയർ, മൂലത്തറ റഗുലേറ്റർ വഴിയാണ് ചിറ്റൂർ പുഴയിലേക്ക് തമിഴ്നാട്ടിൽനിന്ന് വെള്ളമെത്തുന്നത്.

പര്യന്തമായി മൂലത്തറ

തമിഴ്നാട്ടിലെ ആനമല പട്ടണത്തിനടുത്തുള്ള ഉപ്പാർ-ആളിയാർ സംഗമത്തിനു ശേഷം പടിഞ്ഞാറോട്ടൊഴുകുന്ന ഭാരതപ്പുഴ, പൊള്ളാച്ചിയുടെ സമതലത്തിലെത്തുമ്പോൾ അറിയപ്പെടുന്നത് 'അമരാവതിപ്പുഴ' എന്ന പേരിലാണ്. കേരളാതിർത്തി കടക്കുമ്പോൾ 'ചിറ്റൂർ പുഴ'യാകും. ചിറ്റൂരിന് 14 കി. മീ. തെക്കു കിഴക്കാണ്, 'മൂലത്തറ റഗുലേറ്റർ'. ചിറ്റൂർ/തത്തമംഗലം നഗരസഭയുൾപ്പടെ 17 പഞ്ചായത്തുകൾ കൃഷിക്കും കുടിവെള്ളത്തിനും ആശ്രയിക്കുന്നത് ചിറ്റൂർ പുഴയെയാണ്. പറമ്പിക്കുളം-ആളിയാർ അന്തർ സംസ്ഥാന നദീജല കരാർ അനുസരിച്ച് മണക്കടവ് വിയറ്റിൽനിന്നും അളന്നുകിട്ടുന്ന വെള്ളത്തിന്റെ നിയന്ത്രണ സ്ഥാനമാണ് മൂലത്തറ റഗുലേറ്റർ. മൂലത്തറയിലെത്തുമ്പോൾ പുഴയുടെ ഗ്രേഡിയന്റിൽ വരുന്ന വലിയ വ്യതിയാനമാണ് കൃഷി ആവശ്യത്തിനായി ഇവിടെ ഒരു റഗുലേറ്റർ എന്ന ആശയം ബ്രിട്ടീഷുകാരനായ എൻജിനീയർ ജനറൽ ചുള്ളനെ (General Cullen) ആ വഴിക്ക് ചിന്തിപ്പിച്ചത്. അദ്ദേഹത്തിന്റെ നിർദ്ദേശപ്രകാരം 1849ൽ കൊച്ചി രാജാവ് മൂലത്തറയിൽ

മൂലത്തറ റഗുലേറ്റർ

അണക്കെട്ടു പണിയാൻ ഉത്തരവായി. പക്ഷേ ജോലിയാരംഭിച്ചത് 1885ൽ മാത്രം. ഇതിനിടയ്ക്ക് പിച്ചു അയ്യർ എന്നൊരു തമിഴ് ബ്രാഹ്മണൻ നിർണിയിൽ ചെറിയൊരു അണകെട്ടി ജലസേചനമാരംഭിച്ചു. ഈ അണക്കെട്ട് വൈകാതെ സർക്കാർ ഏറ്റെടുത്തു. പിച്ചു അയ്യർ തെമ്പാരമടക്കിൽ മറ്റൊരു വലിയ അണക്കെട്ടു നിർമ്മിച്ചു. ഏതാണ്ടിതേ സമയത്താണ് ചിറ്റൂരിലെ കിട്ടുപ്പിള്ള എന്നൊരു ജന്മി കുന്നംകാട്ടുപതിയിൽ കൂടുതൽ മെച്ചപ്പെട്ട രീതിയിൽ മറ്റൊരു അണകെട്ടിയത്. 1910ൽ ഇത്തരം ഒമ്പത് സ്വകാര്യ ചെറുകിട ജലസേചന പദ്ധതികൾ ചിറ്റൂർ പുഴയിൽ ഉണ്ടായിരുന്നു. അതുവഴി അക്കാലത്ത് 809372 ഹെക്ടർ ഭൂമിയിൽ കർഷകർ ജലസേചനം സാദ്ധ്യമാക്കിയിരുന്നു എന്നാണ് പാലക്കാട് ഡിസ്ട്രിക്ട് ഗസറ്റിയറിൽ പറയുന്നത്. പക്ഷേ പിൽക്കാലത്ത് ഈ അണക്കെട്ടുകളും അനുബന്ധ തോടുകളും സർക്കാർ അക്വയർ ചെയ്യുകയായിരുന്നു.

നിലവിൽ ചിറ്റൂർ പുഴ പദ്ധതിയെ ആശ്രയിച്ച് കൃഷിയിറക്കുന്നത് പെരുമാട്ടി, പട്ടഞ്ചേരി, നല്ലേപ്പള്ളി, പൊൽപ്പുള്ളി, എലപ്പുള്ളി, കൊഴിഞ്ഞാമ്പാറ, എരുത്തേമ്പതി, വടകരപ്പതി, വടവന്നൂർ, കൊടുമ്പ്, കൊടുവായൂർ, തേങ്കുറിശ്ശി, പല്ലശന, പുതുനഗരം, കണ്ണാടി, മുതലമട പഞ്ചായത്തുകളും ചിറ്റൂർ/തത്തമംഗലം നഗരസഭയിലാണ്.

1972ൽ ആണ് മൂലത്തറ റഗുലേറ്റർ പുതുക്കി പണിതത്. 144.840 മീറ്റർ നീളവും 13 വെന്റ് വേകളും ഉണ്ടായിരുന്ന ഈ റഗുലേറ്റർ, ആളിയാറിൽനിന്നും കരാർ അനുസരിച്ച് അളന്നു ലഭിക്കുന്ന വെള്ളം മൂലത്തറ ഇടതുവലതു കനാലിലേക്കും ചിറ്റൂർപുഴയിലേക്കും ആവശ്യാനുസരണം ക്രമീകരിച്ച് ഒഴുക്കിവിടും. മൂലത്തറ റഗുലേറ്ററിന്റെ ഇടതു കനാൽ വഴി ഒഴുകിയെത്തുന്ന അധികജലം 'കമ്പാലത്തറ ഏരി' വഴി ആദ്യം മീങ്കര ഡാമിലേക്കും ഡാം നിറയുമ്പോൾ കനാൽ വഴി 'ചുള്ളിയാർ' ഡാമിലേക്കും എത്തും. അതുപോലെ വലതുകര കനാൽ (RBC) വഴി ഒഴുകുന്ന അധികജലം കൊഴിഞ്ഞാമ്പാറ, നല്ലേപ്പള്ളി, മേനോൻപാറ വഴി 'വാളയാർ' ഡാമിലെത്തുംവിധമാണ് മൂലത്തറയിലെ ജലവിതരണ സംവിധാനം.

എന്നാൽ 2009 നവംബർ 8ന് ഉണ്ടായ പ്രളയത്തിൽ മൂലത്തറ ഡാമിന്റെ വലതുകര കനാൽ പൂർണ്ണമായും തകർന്നു. 2013ൽ മൂലത്തറ സന്ദർശിച്ച ഡാം സേഫ്റ്റി റിവ്യൂ പാനലിന്റെ നിർദ്ദേശപ്രകാരം വലതുഭാഗത്തെ രണ്ടു വെന്റ് വേകളും ഇടതുഭാഗത്തെ നാലു വെന്റ് വേകളും പുനർനിർമ്മിക്കാനും സുഗമമായ ജലനിർഗമനത്തിന് നിലവിലെ 'ഒഗി വിയർ' പൊളിച്ചുമാറ്റാനും തീരുമാനമായി. 2017 ജൂലൈ 18ന് നവീകരണ പ്രവർത്തനങ്ങൾ ആരംഭിച്ചു. ഭാവിയിൽ ചിറ്റൂർ

പുഴയിൽ ഉണ്ടായേക്കാവുന്ന അധിക പ്രളയജലം കൂടി ഉൾക്കൊള്ളാവുന്ന രീതിയിലുള്ള സമ്പൂർണ പുനരുദ്ധാരണ പ്രവർത്തനമാണ് മൂലത്തറയിൽ ഇപ്പോൾ നടക്കുന്നത്. 2020 ജൂൺ 20ന് പുതുക്കി പണിത മൂലത്തറ റഗുലേറ്റർ മുഖ്യമന്ത്രി നാടിനു സമർപ്പിച്ചു.

കൊടുമ്പ്

ചിറ്റൂരിൽനിന്നും താഴോട്ടൊഴുകുന്ന പുഴയുടെ ഇരുകരകളിലായി കൊടുമ്പ് സുബ്രഹ്മണ്യക്ഷേത്രവും തിരുവാലത്തൂർ രണ്ടു മൂർത്തി ക്ഷേത്രവും ഉണ്ട്. ശൂദ്രമുതലിമാരാണ് ഇന്നത്തെ കൊടുമ്പ് നിവാസികളുടെ പിൻതലമുറക്കാർ. ഇവർ ചോള രാജാവിന്റെ കാലത്ത് സൈന്യത്തലവന്മാരായിരുന്നു. 'പളനിയിൽ പാതി കൊടുമ്പ്' എന്നൊരു ചൊല്ലുണ്ട്. പണ്ട് ഈ പുഴയോരത്തുനിന്നും തുണി വിൽക്കാൻ പളനിക്കു പോയവരോടൊപ്പം സുബ്രഹ്മണ്യസ്വാമി കൊടുമ്പിലേക്കു പോന്നു എന്നാണ് കഥ. ഒരു പീഠത്തിൽ സുബ്രഹ്മണ്യൻ, വള്ളി, ദേവസേനൻ എന്നീ മൂർത്തികളാണ് കൊടുമ്പ് സുബ്രഹ്മണ്യ ക്ഷേത്രത്തിലെ പ്രതിഷ്ഠ.

കൊടുമ്പിൽ ചിറ്റൂർ പുഴയുടെ വടക്കേക്കര തമിഴ് പൈതൃകം പേറുമ്പോൾ തെക്കേക്കരയിലെ തിരുവാലത്തൂർ ഭഗവതീക്ഷേത്രവും ആചാരാനുഷ്ഠാനങ്ങളും തനി കേരളീയ ശൈലിയിലാണ്. ഒരു മതിൽക്കെട്ടിനകത്ത് തുല്യപ്രാധാന്യത്തോടെ രണ്ടു ഭഗവതിമാർ.

കൊടുമ്പ് സുബ്രഹ്മണ്യക്ഷേത്രം

താഴെക്കാവിൽ സ്വയംഭൂവായ അന്നപൂർണ്ണേശ്വരി, ശാന്തസ്വരൂപ യായിരിക്കുമ്പോൾ, മേലേക്കാവിലെ വട്ടശ്രീകോവിൽ പടിഞ്ഞാട്ടു ദർശനമായി പോത്തിൻ പുറത്തിരിക്കുന്ന മഹിഷാസുരമർദ്ദിനി രൗദ്ര ഭാവത്തിലാണ്.

കൊടുമ്പിനു താഴെ ചിറ്റൂർ പുഴ അറിയപ്പെടുന്നത് 'കണ്ണാടിപ്പുഴ' എന്ന പേരിലാണ്. പാലക്കാട് എത്തുമ്പോൾ 'യാക്കര പുഴ' എന്ന പേരിലും. അങ്ങനെയങ്ങനെ ഒഴുകുന്ന എല്ലാ ദേശപ്പേരിലും അറിയ പ്പെടാൻ വിധിക്കപ്പെട്ട മറ്റൊരു നദിയില്ല. യാഗക്കരയാണല്ലോ യാക്കര യായത്. പണ്ട് ഈ പുഴയോരത്ത് ഒട്ടേറെ സോമയാഗങ്ങൾ നടന്നി ട്ടുണ്ടാവാം. കാലത്തിന്റെ കണ്ണാടിയായൊഴുകിയ കണ്ണാടിപ്പുഴയിലും യാക്കരപ്പുഴയിലും ചിറ്റൂർ പുഴയിലും ഇപ്പോൾ ഒരു തരി പോലും മണലില്ല. ഇവിടെ പുഴയിലെ മണലെല്ലാം എന്നോ വാരിപ്പോയി. പുഴ വെറും കരിങ്കൽ പാത്തിയായപ്പോൾ നഷ്ടപ്പെട്ടത് പുഴയുടെ 'വാട്ടർഹോൾഡിങ്ങ് കപ്പാസിറ്റി'യാണ്. ഫലമോ പണ്ട് ഈ പുഴ യോരത്ത് ജലസമൃദ്ധമായിരുന്ന കിണറുകളും കുളങ്ങളും മഴയൊ ഴിയുന്നതോടെ വറ്റിവരളാൻ തുടങ്ങി. മഴക്കാലത്തുപോലും കുടി വെള്ളത്തിനായി ടാങ്കർ ലോറികളെ ആശ്രയിക്കുന്ന വരണ്ട പ്രദേശ മായി ചിറ്റൂർ താലൂക്ക് മാറി.

■

കൊല്ലങ്കോട്

സമ്പത്തിന്റെയും സ്ഥാനമാനത്തിന്റെയും അകത്തളങ്ങളിൽ വാണ രുളിയ രാജാക്കന്മാരുടെയും പ്രഭുക്കന്മാരുടെയും ചരിത്രം നമുക്കിന്ന് പഴങ്കഥകളാണ്. ആ കഥകളെ ചരിത്രത്തിനു സമ്മാനിച്ച് കാലാതി വർത്തികളായി നിലനിന്നിരുന്നു അവരുടെ കൊട്ടാരങ്ങളും കോവില കങ്ങളും. അധികാരത്തിന്റെ വർണ്ണശഭളിമയ്ക്കപ്പുറം കലയേയും സാഹിത്യത്തേയും ഉപാസിച്ച് കേരളത്തിന്റെ സാംസ്കാരിക രേഖ കളിൽ സ്ഥാനം കണ്ടെത്തിയവരാണ് കൊല്ലങ്കോട് രാജാക്കന്മാർ. അവരുടെ കർമ്മപരിണതികൾക്ക് വിശാലസാക്ഷ്യം വഹിച്ച കൊല്ല ങ്കോട് കൊട്ടാരം, പുരാതന കേരളീയ വാസ്തു വൈദഗ്ദ്ധ്യത്തിന്റെ നിത്യവിസ്മയം കൂടിയായിരുന്നു.

പടയോട്ടങ്ങളുടെയും പലായനങ്ങളുടെയും ചരിത്രസ്മാരകങ്ങളെ തഴുകി, വീശിയടിക്കുന്ന വരണ്ട പാലക്കാടൻ കാറ്റ് ഗായത്രിപുഴ കടന്ന് കൊല്ലങ്കോടെത്തുമ്പോൾ അല്പം ശാന്തമാകും. ഇതിഹാ സത്തിന്റെ നാട്ടിൽ കിന്നരന്മാരുടെ സ്വർഗ്ഗീയ ഗാനാലാപനത്തിനു കാതോർക്കുമ്പോൾ കാറ്റിന്റെ ചെവിയിൽ അങ്ങു ദൂരെ പൊടി പാറിച്ചു നിലമുഴുന്ന ട്രാക്ടറിന്റെ ശബ്ദം, തെന്മലയിലും വടമല യിലും തട്ടി പ്രതിധ്വനിക്കുന്നു. മണ്ണിൽ കനകം വിളയിക്കുന്ന കൊല്ലങ്കോട്ടുകാരന്റെ ജീവിതതാളം ഘനീഭവിപ്പിച്ച ഈ മാസ്മര സംഗീതത്തിനപ്പുറം മറ്റൊരു ഗന്ധർവ്വസംഗീതം ഇന്നാട്ടുകാർക്കന്യ മാണ്.

തകർന്ന കോട്ടകളും കൊട്ടാരങ്ങളും സ്വാഗതമരുളുന്ന കൊച്ചു പട്ടണമാണ് കൊല്ലങ്കോട്. ഗായത്രിപുഴയിൽ വീണ ധർമ്മവർമ്മാ വിന്റെ പുത്രൻ ഹേമാംഗനെ രക്ഷിച്ച പെരുംകൊല്ലന്റെ നാട്. ഈ മണ്ണിൽ ചരിത്രം മരിക്കുന്നില്ല. ആ ചരിത്ര സ്മരണകളുമായി നമുക്ക് നടക്കാം, ഈ പഴയ രാജവീഥികളിലൂടെ. ഇന്നലെയെ മനസ്സിലിട്ട്, ഇന്നിലൂടെ നടന്ന് നമുക്ക് കൊല്ലങ്കോടിന്റെ കഥ കേൾക്കാം.

കൊല്ലങ്കോട് കോവിലകം

കൊല്ലങ്കോട് കോവിലകം

പഴയ രാജപാതയ്ക്കരികിലെ പത്തേക്കർ പറമ്പിൽ ഗതകാല പ്രൗഢിയോടെ തലയുയർത്തി നിന്നിരുന്ന വ്യത്യസ്തമായ രണ്ട് എട്ടുകെട്ടുകളും അനുബന്ധ കെട്ടിടങ്ങളും ചേർന്ന കൊട്ടാര സമുച്ചയമായിരുന്നു കൊല്ലങ്കോട് കോവിലകം. അരിയിട്ടുവാഴ്ച്ച കഴിയുന്നതോടെ കൊല്ലങ്കോട് രാജാവ് സ്വന്തം കുടുംബാംഗങ്ങളെ പിരിഞ്ഞ് സന്ന്യാസജീവിതം നയിക്കുന്ന തമ്പുരാന്റെ കൊട്ടാരം എന്നറിയപ്പെട്ടിരുന്ന 'കൊല്ലങ്കോട് പാലസ്' ഇന്നില്ല. 1999ൽ പൊളിച്ചു വിറ്റു. തമ്പുരാട്ടിമാരുടെ അന്തപ്പുരം എന്നറിയപ്പെടുന്ന 'കളരി കോവിലകം' ഇന്നൊരു പഞ്ചനക്ഷത്ര ആയുർവേദ റിസോർട്ടാണ്.

കളരിക്കോവിലകം

1995ൽ ആണ് എനിക്ക് കൊല്ലങ്കോട് കൊട്ടാരം കാണാൻ അവസരം ലഭിച്ചത്. കളരി കോവിലകത്തിന്റെ കാർപോർച്ചിനോടു ചേർന്നുള്ള 'സ്കൂൾപുര'യും (പഴയ കൊട്ടാരം ഗസ്റ്റ് ഹൗസ്) പിന്നിട്ട് കയറിച്ചെല്ലുന്നത് 'തമ്പുരാട്ടി പുഷ്പാംഗദം' എന്നറിയപ്പെട്ടിരുന്ന വിശാലമായ പൂമുഖത്തേക്കായിരുന്നു. അവിടെ ജനക മഹാരാജാവിന്റെ രാജസദസ്സിനെ അനുസ്മരിപ്പിക്കും വിധം നിർമ്മിച്ചെടുത്ത അഷ്ടകോൺ മണ്ഡപത്തിന്റെ ചുവരുകളിൽ വരഞ്ഞ സീതാ സ്വയംവരത്തിന്റെയും ശ്രീരാമ പട്ടാഭിഷേകത്തിന്റെയും ചിത്രങ്ങൾ.

ഇറ്റാലിയൻ മാർബിൾ പാകിയ തറയും ചുവരിലെ സവിശേഷ വർണ്ണക്കൊഴുപ്പും ചേർന്ന് അവിടെ ദുർഗ്രഹമായൊരു ഹരിതഭാവം പകരുന്നു. പുറത്തുനിന്നുള്ള അതിഥികൾക്ക് ഇവിടെ വരെ മാത്രമായിരുന്നു അന്ന് പ്രവേശനം അനുവദിച്ചിരുന്നത്.

സൽക്കാരപ്രിയർ

സൽക്കാരപ്രിയരായിരുന്നു കൊല്ലങ്കോട് രാജാക്കന്മാർ. ലോർഡ് വെല്ലിംഗ്ടൻ, ഗ്വാളിയോർ, ബറോഡ, മൈസൂർ മഹാരാജാക്കന്മാർ തുടങ്ങി സ്വതന്ത്ര ഇന്ത്യയുടെ ആദ്യകാല പ്രസിഡന്റുമാരായ ഡോ. രാജേന്ദ്രപ്രസാദ്, ഡോ. രാധാകൃഷ്ണൻ തുടങ്ങി കൊല്ലങ്കോട് രാജാക്കന്മാരുടെ ഊഷ്മള ആതിഥേയത്തിന്റെ സ്വാദറിഞ്ഞവരുടെ പട്ടിക നീളുന്നു.

തമ്പുരാന്റെ കൊട്ടാരം

കളരി കോവിലകത്തേക്കാൾ വലിയ മറ്റൊരു സ്വതന്ത്ര എട്ടുകെട്ടായിരുന്നു 'തമ്പുരാന്റെ കൊട്ടാരം' എന്ന് അറിയപ്പെട്ടിരുന്ന വെങ്ങനാട് പാലസ്. ഇവിടേക്ക് സ്ത്രീകൾക്ക് പ്രവേശനമില്ലായിരുന്നു പണ്ട്.

വാതിൽമാടവും ഉമ്മറവും കഴിഞ്ഞ് പൂമുഖത്തോടു ചേർന്ന ദർബാറിലെ 'തറമത്തറ'യിൽ കരിമ്പടവും വെള്ളയും വിരിച്ചതിലിരുന്നാണ് കൊല്ലങ്കോട് രാജാവ് ഭരണം നിർവഹിച്ചിരുന്നത്. കൊല്ലങ്കോട് രാജാവിന് സിംഹാസനമില്ല.

അല്പം ചരിത്രം

ചരിത്രം വെങ്ങനാട് സ്വരൂപത്തിനായി നീക്കിവെച്ച താളുകൾ ശുഷ്കം. വാമൊഴികളും വരമൊഴികളും ഐതിഹ്യങ്ങളും ചേർത്തു വായിക്കുമ്പോൾ ലഭിക്കുന്ന കൊല്ലങ്കോട് രാജവംശത്തിന്റെ ചരിത്രം ഏതാണ്ടിപ്രകാരമാണ്.

ബ്രഹ്മാവിന്റെ പുത്രൻ കശ്യപ പ്രജാപതിക്ക് അരിഷ്ട എന്ന ഭാര്യയിൽ പിറന്ന ഗന്ധർവ്വ കുലത്തിന്റെ പിൻതലമുറയാണത്രെ സൂര്യവംശജരായ വെങ്ങനാട് 'നമ്പിടി'മാർ.

ഹേമാംഗൻ

സൂര്യവംശജനായ നികുലപുരം രാജാവ് ധർമ്മവർമ്മൻ തന്റെ കുഷ്ഠരോഗ ബാധയകറ്റാൻ കശ്യപ ക്ഷേത്രത്തിൽ (കാച്ചാംകുർശ്ശി ക്ഷേത്രം) ഭജനയിരുന്ന കാലം. ഗായത്രിപ്പുഴയിൽ അഗ്നി ഹോമിച്ച് സൂര്യഗായത്രിമന്ത്രം ജപിച്ചായിരുന്നു ഭജന. ധർമ്മവർമ്മാവിന്റെ രോഗം

ശമിച്ചു. അവിടെവെച്ച് രാജാവിന് സ്വർണ്ണം പോലെ സുന്ദരനായ ഒരു മകൻ പിറന്നു, ഹേമാംഗൻ.

ഗായത്രിപ്പുഴ

ഒരിക്കൽ ഇഷുമതിപ്പുഴയിലെ കുത്തൊഴുക്കിൽ വീണുപോയ ഹേമാംഗനെ ഏതോ പെരുംകൊല്ലനാണ് രക്ഷിച്ചത്. ആ പെരും കൊല്ലനെ ആദരിച്ച് രാജാവ് ഈ സ്ഥലത്തെ 'കൊല്ലങ്കോട്' (അയ സ്കാരപുരം എന്ന് സംസ്കൃതത്തിൽ) എന്ന് പേർ വിളിച്ചു.

ബ്രഹ്മചാരിയായ ഹേമാംഗൻ അഞ്ചു ദേശത്തിന്റെ അധിപനായി രാജ്യം ഭരിച്ച് സ്വർഗാരോഹണം ചെയ്തപ്പോൾ, രാജസഹോദരി ദ്രോണവതിയെ പരശുരാമൻ കൊല്ലങ്കോടിന്റെ രാജ്ഞിയായി വാഴിച്ചു. അതിസുന്ദരിയായ ദ്രോണവതിയിൽ സൂര്യഭഗവാന് പിറന്ന പുത്രനാണ് വിര ഇരവി. കൊല്ലങ്കോട് രാജവംശത്തിലെ ആദ്യത്തെ രാജാവ്. ഹേമാംഗവംശം എന്നറിയപ്പെട്ടിരുന്ന വെങ്ങനാട് രാജവംശം, കാലാന്തരത്തിൽ വീരരവി വംശം എന്ന പേരിൽ പ്രസിദ്ധി നേടി. ഇന്നും കൊല്ലങ്കോട് നാടുവാഴി 'വീര ഇരവി' എന്ന ഉപസർഗ പദം സ്വന്തം പേരിനു മുന്നിൽ ചേർക്കാറുണ്ട്, ഔദ്യോഗിക രേഖകളി ലെങ്കിലും. കൊല്ലങ്കോട്, വടവന്നൂർ, എലവഞ്ചേരി, പയ്യല്ലൂർ എന്നീ ദേശങ്ങൾ ചേർന്ന പഴയ വെങ്ങനാട് സ്വരൂപത്തിന്റെ അതിരുകൾ വടക്ക് ഗായത്രിപ്പുഴ, തെക്ക് തെന്മല, പടിഞ്ഞാറ് വട്ടക്കാട്, കിഴക്ക് മുതലമട എന്നിങ്ങനെ ആയിരുന്നു.

ഗായത്രിപ്പുഴ

സോമഗന്ധർവ്വൻ

സോമയാഗങ്ങളിലെ മുഖ്യ ഹവിസ്സായി അഗ്നിയിൽ ഹോമിക്കപ്പെടുന്ന സോമരസവുമായി ഏറെ ബന്ധപ്പെട്ടിരിക്കുന്നു കൊല്ലങ്കോട് രാജാവ്. ഏഴ് ഗന്ധർവ്വന്മാരുടെ സ്വകാര്യ സംരക്ഷണയിൽ വളരുന്ന 'സോമലത' ശേഖരിച്ച് കൃഷ്ണമൃഗ ചർമ്മത്തോടൊപ്പം യാഗശാലയിൽ എത്തിക്കാൻ ദേവേന്ദ്രനാൽ നിയോഗിക്കപ്പെട്ട ഗന്ധർവ്വനത്രെ കൊല്ലങ്കോട് രാജാവ്. ആ കഥയിങ്ങനെ. പണ്ടൊരിക്കൽ കേരളത്തിലെ ഏതാനും നമ്പൂതിരിമാർ ശ്രീമൂലസ്ഥാനത്ത് ഒരു സോമയാഗം നടത്തി. യാഗത്തിൽ സംബന്ധിച്ച എല്ലാ ദേവന്മാർക്കും ഹവിർഭാഗം നൽകിയപ്പോൾ എന്തോ കാരണവശാൽ വിശ്വദേവന്മാർക്ക് നൽകിയില്ല. വിശ്വദേവന്മാർ ദേവേന്ദ്രനോട് സങ്കടം ബോധിപ്പിച്ചു. അതുകേട്ട് കുപിതനായ ദേവേന്ദ്രൻ യാഗശാലയിൽ എത്തി മുഖ്യ യാഗസാധനങ്ങളായ സോമലത, കരിങ്ങാലി, കൃഷ്ണാജീനം എന്നിവ അപഹരിച്ചു. ദേവേന്ദ്രൻ തന്റെ മടക്കയാത്രയിൽ കശ്യപക്ഷേത്രത്തിലെ വെങ്കിടേശനെ ദർശിക്കാനെത്തിയപ്പോഴാണ് വെങ്ങനാട് സ്വരൂപത്തിലെ യുവരാജാവ് വീരൻ ഇരവിയെ അവിടെ കണ്ടത്. വീരൻ ഇരവി ദേവേന്ദ്രനെ ഉപചാരപൂർവ്വം സൽക്കരിച്ചു. സന്തുഷ്ടനായ ദേവേന്ദ്രൻ അപഹരിച്ച യാഗസാധനങ്ങൾ വീരൻ ഇരവിയെ ഏൽപ്പിച്ചു. ഒപ്പം സൂര്യചന്ദ്രന്മാരുള്ള കാലത്തോളം കേരളത്തിലെ നമ്പൂതിരിമാർക്ക് യാഗാവശ്യത്തിനുള്ള സോമലത നൽകാനുള്ള ചുമതലയും. കശ്യപ ക്ഷേത്രത്തിൽ വെച്ചേ ഈ സോമലത കൈമാറ്റം പാടുള്ളൂ. ഇന്നു മുതൽ നീയും നിന്റെ വംശത്തിലുള്ള എല്ലാ രാജാക്കന്മാരും എനിക്കു തുല്യരാകും. യാഗത്തിലെ ദേവേന്ദ്രസ്ഥാനവും രാജഭോഗവും നിങ്ങൾക്ക് ലഭിക്കും എന്ന് അരുളിചെയ്ത് ദേവേന്ദ്രൻ യാത്രയായി.

ഇതിനകം യാഗസാധനങ്ങൾ കാണാതെ പരിഭ്രാന്തരായ നമ്പൂതിരിമാർ പരശുരാമനിൽനിന്ന് വിവരമറിഞ്ഞ് കാച്ചാംകുർശ്ശി ക്ഷേത്രത്തിലെത്തി വീരൻ ഇരവിയിൽനിന്ന് യാഗസാധനങ്ങൾ ഏറ്റുവാങ്ങി യാഗം മുഴുമിപ്പിച്ചു. അന്നു മുതലാണ് കാച്ചാംകുർശ്ശി ക്ഷേത്രത്തിൽ വെച്ച് കൊല്ലങ്കോട് രാജാവ് യാഗാവശ്യത്തിനുള്ള സോമലത നൽകുന്ന ചടങ്ങ് ആരംഭിച്ചത്.

കാച്ചാംകുർശ്ശി ക്ഷേത്രത്തിൽവെച്ച് രാജാവ് സോമലത യാഗശാലയിലെത്തിക്കാൻ 'കോഫ്സ്തന്' കൈമാറും. തമിഴ് ബ്രാഹ്മണനായ കോഫ്സ്തനാണ് സോമലത യാഗശാലയിൽ എത്തിക്കുന്നത്. ഇതു മൂലം യാഗത്തിലെ ദേവേന്ദ്രസ്ഥാനവും യാഗഫലത്തിന്റെ രാജഭോഗവും (യാഗഫലത്തിന്റെ ആറിലൊരുഭാഗം) കൊല്ലങ്കോട് രാജാവിനാണ്.

സാമൂതിരി ബന്ധം

വെങ്ങനാട് സ്വരൂപികൾ ചേരമാൻ പെരുമാളിൽനിന്ന് സ്ഥാനം ഏറ്റവരാണന്നാണ് സങ്കല്പം. കുതിരവട്ടത്തു നായർ പാലക്കാട് നടുവട്ടം പിടിച്ചെടുത്ത് സാമൂതിരിയുടെ രാജ്യത്തോട് ചേർത്തതിനെ ത്തുടർന്നാണ് കൊല്ലങ്കോട് നാടുവാഴി സാമൂതിരിയുടെ സാമന്ത നാകുന്നത്. മേൽക്കോയ്മ ഒരിക്കലും സ്വരൂപിയുടെ അഭ്യന്തരകാര്യ ങ്ങളിൽ ഇടപെട്ടിരുന്നില്ലെങ്കിലും കപ്പത്തിനു പുറമെ പുരുഷാന്ത രവും മേൽക്കോയ്മക്ക് നൽകേണ്ടതുണ്ടായിരുന്നു. സ്വരൂപികളെ ക്ഷണിക്കുന്ന കൂട്ടത്തിൽ വെങ്ങനാട് നമ്പിടിയെയും സാമൂതിരി മാമാങ്കത്തിന് ക്ഷണിച്ചിരുന്നു. 1504ൽ പച്ചേക്കോയുടെ നേതൃത്വ ത്തിലുള്ള പറങ്കി യുദ്ധത്തിലും 1550 മുതൽ 1561 വരെയുള്ള കൊച്ചി യുദ്ധത്തിലും തന്റെ 999 നായർ യോദ്ധാക്കളുമായി നമ്പിടി സാമൂ തിരിയെ സഹായിച്ചു. 1773–1774ൽ ഹൈദർ അലി കൊല്ലങ്കോട് ആക്രമിച്ചെങ്കിലും പിടിച്ചെടുത്ത ഭൂമിയും സ്വത്തും കാച്ചാംകുർശ്ശി ക്ഷേത്രത്തിന് ഇനാം നൽകി.

മാലിഖാൻ

1792 ആഗസ്റ്റ് 18ലെ ഉടമ്പടി പ്രകാരം ഇംഗ്ലീഷുകാർ രാജ്യം സാമൂതി രിക്ക് തിരികെ നൽകിയ കൂട്ടത്തിൽ കൊല്ലങ്കോടും ഉൾപ്പെട്ടിരുന്നു. 1798ൽ സാമൂതിരി രാജ്യം കൊല്ലങ്കോട് നമ്പിടിക്ക് തിരിച്ചു നൽകി യതോടെ കൊല്ലങ്കോട് പഴയ മലബാർ ജില്ലയുടെ ഭാഗമായി. 1806ൽ ഇംഗ്ലീഷുകാർ സാമൂതിരിക്ക് മാലിഖാൻ നൽകിയപ്പോൾ വെങ്ങ നാട് നമ്പിടിക്കും പ്രതിമാസം 850 രൂപ മാലിഖാൻ നൽകിപ്പോന്നു.

കൊല്ലങ്കോട് രാജാവ് സാമൂതിരിയുടെ സാമന്തൻ ആയിരുന്നെ ങ്കിലും രാജകീയ പ്രൗഢികളും പദവികളും കൊച്ചി കോഴിക്കോട് തിരുവിതാംകൂർ രാജാക്കന്മാരുടേതിന്ന് തുല്യമായിരുന്നു. സ്ഥാന മാനങ്ങൾ കല്പിച്ചു നൽകാൻ കൊല്ലങ്കോട് രാജാവിന് അധികാര മുണ്ടായിരുന്നു. ഓണത്തെ തുടർന്നെത്തുന്ന മകം കാഴ്ചയ്ക്ക്, നാട്ടിലെ നായർ പ്രമാണിമാർ രാജാവിനെ മുഖം കാണിക്കാൻ കാഴ്ച കളുമായി വരും. അന്നേരം അവരിൽ യോഗ്യരായവർക്ക് രാജാവ് 'മേനോൻ' സ്ഥാനം നൽകും.

അർദ്ധദേവന്റെ അരിയിട്ടുവാഴ്ച

തിരുവിതാംകൂർ, കൊച്ചി, രാജാക്കന്മാരിൽനിന്നും വ്യത്യസ്ത മായി വെങ്ങനാട് രാജാവിന്റെ ആസ്ഥാന പ്രാപ്ത്യാവസരത്തിൽ നടത്തുന്ന ചടങ്ങുകൾ സങ്കീർണ്ണമാണ്. സാമൂതിരിയുടെ അനുമതി യോടെ കാച്ചാംകുർശ്ശി ക്ഷേത്രത്തിൽ വെച്ചാണ് അരിയിട്ടുവാഴ്ച.

കൊല്ലങ്കോട് രാജാവ് തീപ്പെട്ടാൽ അടുത്ത കിരീടാവകാശി, പുല വീടുംനാൾ നേരത്തെ നിശ്ചയിച്ച മുഹൂർത്തത്തിൽ സ്വന്തം കുടുംബാം ഗങ്ങളോട് യാത്ര പറഞ്ഞ് ഏകനായി കാച്ചാംകുർശ്ശി ക്ഷേത്രത്തി ലെത്തി അവിടെ അന്തിയുറങ്ങും.

ആത്മപിണ്ഡം

രാവിലെ തന്ത്രി അണ്ടലാടി നമ്പൂതിരിക്കൊപ്പമാണ് നമ്പിടി യുടെ ക്ഷേത്രപ്രവേശം. തുടർന്ന് സ്വന്തം ആത്മാവിന്റെ മുക്തി ക്കായി നമ്പിടി ക്ഷേത്രത്തിന്റെ വാതിൽ മാടത്തിൽ ആത്മപിണ്ഡം വെയ്ക്കും. തുടർന്ന് ആവണപ്പലകമേൽ ഉപവിഷ്ടനാകുന്ന നമ്പി ടിയെ തന്ത്രി മുത്തുമാല ചാർത്തും. പിന്നെ അവധാനം ചെയ്ത് രാജാവിൽ ഇന്ദ്രതേജസ്സ് ആവാഹിച്ച് ദേവത്വം നൽകും. തുടർന്ന് ഷോഡശോപചാരവും നീരാഞ്ജനവും. പള്ളിനീരാട്ടിനു ശേഷം പട്ടുടുത്ത് സർവ്വാഭരണ വിഭൂഷിതനായി വെള്ളയും കരിമ്പടവും വിരിച്ച മണ്ഡപത്തിൽ ഉപവിഷ്ടനാകുമ്പോൾ, തന്ത്രി നമ്പിടിയുടെ വലതുകാലിൽ സ്വരൂപികളുടെ അടയാളചിഹ്നമായ സ്വർണ്ണ തള ചാർത്തി, പാദത്തിൽ അഗ്നിബീജാക്ഷരം കുറിക്കും. തുടർന്ന് ഇന്ദ്രനെ കൈപ്പത്തിയിലും വരുണനെ തലയിലും ആവാഹിക്കും. അതോടെ വെങ്ങനാട് നമ്പിടിക്ക് ബ്രാഹ്മണരോടൊപ്പം പന്തി ഭോജനത്തിനുള്ള അവകാശം ലഭ്യമാകും. പിന്നെ ചെറുകുന്നം, ചേരമ്പറ്റ നമ്പൂതിരിമാർ നമ്പിടിയുടെ ശിരസ്സിൽ അരി കോരി യിടും.

അരിയിടലിനു ശേഷം നമ്പിടി 101 പണക്കിഴി കാണിക്കവെച്ച് മണിയടിച്ച് തൊഴുമ്പോൾ തന്ത്രി നമ്പിടിക്ക് പന്ത്രണ്ടിടങ്ങഴി അരി ഭിക്ഷ നൽകും. ഈ സമയം തന്ത്രിയുടെ വലംകൈ പ്രതിഷ്ഠയുടെ വലംകൈയുമായി ഒരു ദർഭക്കയറാൽ ബന്ധിച്ചിരിക്കും. ഇതോടെ നമ്പിടി ഭിക്ഷുവായി, കാച്ചാംകുർശ്ശി പെരുമാളുടെ ദാസനായി. തട്ടാൻ തീർത്ത കാൽമോതിരവും തച്ചൻ പണിത ചന്ദനമെതിയടിയും അഗ്നിസാന്നിധ്യം ആവാഹിച്ച് തന്ത്രി നമ്പിടിയുടെ കാലിൽ അണി യിക്കുന്നതാണ് അടുത്ത ചടങ്ങ്. ആഗ്നേയ മന്ത്രം പേറുന്ന പാദ ങ്ങൾ ഇനി നഗ്നമായി ഭൂമിയെ സ്പർശിച്ചാൽ അവിടെ ഭസ്മമാകു മെന്നാണ് വിശ്വാസം. അതിന്റെ ഭാഗമായിട്ടാവണം ഗുരുവായൂർ ക്ഷേത്രത്തിനകത്തു പോലും വെങ്ങനാട് നമ്പിടി മെതിയടിയിട്ടേ നടക്കാവൂ എന്നു പറയുന്നത്. ഇതു മാത്രമല്ല, നിത്യവും കോടി യുടുക്കണം, തലകുനിക്കരുത്, വെള്ളത്തെ വണങ്ങരുത് എന്നി ങ്ങനെ ഒരുപാട് പെരുമാറ്റച്ചട്ടങ്ങൾ ഇനി നമ്പിടിക്ക് പാലിക്കേണ്ട തുണ്ട്.

കശ്യപദാസൻ

യാഗരക്ഷാ പ്രതിജ്ഞയ്ക്കുശേഷം, അധികാര ചിഹ്നമായ പോണ്ടിയും വാളും തന്ത്രിയിൽനിന്നും ഏറ്റുവാങ്ങിയാൽ, 999 നായർ പടയുടെ അകമ്പടിയോടെ നമ്പിടി പല്ലക്കിലേറി അയ്യപ്പൻകാവിലും കളരികോവിലകത്തും പോയി കാച്ചാംകുർശ്ശി ക്ഷേത്രത്തിൽ തിരിച്ചെത്തും. തുടർന്നുള്ള ജീവിതകാലമത്രയും നമ്പിടി കശ്യപദാസനായി ഈ ക്ഷേത്ര സങ്കേതത്തിൽ സന്ന്യാസിയായി കഴിയണമെന്നാണ് ചട്ടം.

വെങ്ങനാട്ടു നമ്പിടി ജിതേന്ദ്രിയനായതോടെ, നാടുവാഴി എന്ന നിലയ്ക്ക് തന്നിൽ നിക്ഷിപ്തമായ ചുമതലകൾ നിറവേറ്റുന്നത് രണ്ടും മൂന്നും സ്ഥാനത്തുള്ള ഇളംമുറക്കാരാണ്. മന്ത്രി പണ്ടാരത്തിൽ മേനോൻ സ്വരൂപത്തിലെ നിത്യനിദാന കണക്കുകൾ കാച്ചാംകുർശ്ശി ക്ഷേത്രത്തിലെത്തി നമ്പിടിക്ക് സമർപ്പിക്കും. കോവിൽകർമ്മികളായി ഒപ്പം താമസിക്കുന്ന നമ്പൂതിരിമാർ ആത്മീയ കാര്യങ്ങളിൽ നമ്പിടിയെ സഹായിക്കും.

രാജപരമ്പര

വീരഇരവിയുടെ രാജവംശം ഇടക്കാലത്ത് കുറ്റിയറ്റപ്പോൾ, പൊന്നാനിയിലെ നാടുവാഴി പെരുവേങ്ങമുക്കിൽ കിഴക്കേ നമ്പിടിയുടെ കുടുംബത്തിൽപ്പെട്ട ചക്കുംപറമ്പിൽ ഉണ്ണിച്ചുണ്ടൻ നമ്പ്യാരേയും സഹോദരിയേയും 1605ൽ ദത്ത് എടുത്തതായി രേഖകൾ പറയുന്നു.

1909ൽ അരിയിട്ടുവാഴിച്ച വാസുദേവരാജയുടെ കാലത്താണ് കോവിലകത്ത് സമ്പത്തും സമൃദ്ധിയും കുമിഞ്ഞുകൂടിയത്. വെങ്ങനാട് സ്വരൂപത്തിലെ പ്രഗത്ഭനായ ഭരണാധികാരിയും വാസുദേവരാജതന്നെ. രാജാവിന്റെ ഭരണപാടവം കണ്ടാണ് ഇംഗ്ലീഷുകാർ അദ്ദേഹത്തിന് 'സർ' സ്ഥാനം നൽകി ബഹുമാനിച്ചത്. കൊല്ലങ്കോട് കൊട്ടാരം പണികഴിച്ചതും അദ്ദേഹം തന്നെ. കൊല്ലങ്കോട് റെയിൽവേ സ്റ്റേഷൻ, ധാത്രി സ്കൂൾ, യൂണിയൻ ക്ലബ്, പാലക്കാട് ദേവിവിലാസം ബംഗ്ലാവ്, തൃശ്ശൂരിലെ കൊട്ടാരം തുടങ്ങിയവയെല്ലാം ഉണ്ടായത് വാസുദേവരാജാവിന്റെ ഭരണകാലത്താണ്. മൂന്ന് ലക്ഷം പറ നെല്ല് പാട്ടം. കൊല്ലങ്കോടു മുതൽ ഗോവിന്ദാപുരം വരെയുള്ള കൃഷിഭൂമിക്കു പുറമെ നെല്ലിയാമ്പതി മുതൽ തേക്കടി വരെയുള്ള 140 ചതുരശ്ര നാഴിക വനത്തിനും അധിപനായിരുന്നു കൊല്ലങ്കോട് രാജാവ്.

കലാരസികനായിരുന്നു പിന്നീട് ചുമതലയേറ്റ മാധവ രാജാവ് (1940–1955). ആന, കഥകളി, വിദേശ കാറുകൾ തുടങ്ങി ഒരുപാട്

കമ്പങ്ങൾക്ക് ഉടമ. മാധവ രാജാവിനു ശേഷം രാജാവായ പത്മനാഭ വർമ്മ (1955-1961) വെറും 6 വർഷം മാത്രമേ രാജാവായിരുന്നുള്ളൂ. അക്കാലത്താണ് കോവിലകത്ത് തകർച്ചയുടെ ആരംഭം കുറിച്ചത്. തുടർന്ന് രാജാവായ വേണുഗോപാല വർമ്മയുടെ (1961- 1986) കാലത്ത് തകർച്ച പൂർണ്ണമായി. ഭൂപരിഷ്കരണ നിയമം പ്രാബല്യത്തിൽ വന്നതോടെ കോവിലകത്തിന്റെ തകർച്ച പെട്ടെന്നായി.

28 ലക്ഷം നികുതി കുടിശ്ശികയോടെയാണ് പിന്നീട് വന്ന രാമ വർമ്മ രാജാവായത്. തുടർന്നു വന്നവർക്കെല്ലാം അധികാരത്തോടൊപ്പം വലിയ കടബാധ്യതയും പേറേണ്ടി വന്നു. കടം വീട്ടാൻ കൊട്ടാരംവക ഒട്ടേറെ സ്ഥാവരജംഗമസ്വത്തുക്കൾ വിൽക്കേണ്ടി വന്നു. രാജകുടുംബാംഗങ്ങൾ മറ്റു ജോലികൾ തേടിയിറങ്ങി. 1989ൽ അരിയിട്ടു വാഴിക്കാതെ ശ്രീധരവർമ്മ രാജാവായി. വലിയ കടക്കാരനായിട്ടായിരുന്നു 1994ൽ ശ്രീധരവർമ്മ രാജാവിന്റെയും അന്ത്യം.

അവസാനത്തെ രാജാവ്...?

1994ൽ ശ്രീധരവർമ്മ രാജാവിന്റെ മരണത്തെത്തുടർന്ന് ധാത്രി വലിയറാണിയുടെ മകൻ ഇപ്പോഴത്തെ രാജാവ്, രവിവർമ്മ തമ്പാൻ (90) അധികാരത്തിലെത്തി. കൊൽക്കത്തയിലെ 'കാരിറ്റ് മോറൻ' (Carritt Moran & Co) എന്ന ബ്രിട്ടീഷ് കമ്പനിയിലെ ഡയറക്ടർ ആയിരുന്ന രവിവർമ്മ തമ്പാൻ, ടീ ടെയ്സ്റ്റർ ആയിട്ടാണ് ഔദ്യോഗിക ജീവിതം ആരംഭിച്ചത്. കൊൽക്കത്ത കമ്പനിയിൽനിന്നു വിരമിച്ച ശേഷം തമ്പാൻ ഏറെക്കാലം കൂന്നുരിലായിരുന്നു താമസം. ഭാര്യ ലക്ഷ്മിയുടെ മരണത്തിനു ശേഷമാണ് രവിവർമ്മ തമ്പാൻ കോഴിക്കോട് എത്തിയത്.

രവിവർമ്മ തമ്പാൻ

ആരോഗ്യകാരണങ്ങൾക്കപ്പുറം, രാജാവ് കൊട്ടാരം തുടങ്ങിയ ജീർണ്ണിച്ച ഫ്യൂഡൽ വ്യവസ്ഥയിലൊന്നും രവിവർമ്മ തമ്പാന് ഒട്ടും താല്പര്യമില്ല. അതുകൊണ്ടുതന്നെ കൊല്ലങ്കോട്ടേക്കുള്ള യാത്രകളും അപൂർവമാണ്. കാച്ചാംകുർശ്ശി ക്ഷേത്രം ഊരാളൻ എന്ന നിലയ്ക്കുള്ള കാര്യനിർവഹണങ്ങൾക്കായി മരുമകന് പവർ ഓഫ് അറ്റോർണി നൽകിയിരിക്കുകയാണ്. മക്കളില്ലാത്ത രവിവർമ്മ തമ്പാൻ കോഴിക്കോട്ടെ ഫ്ളാറ്റിൽ ഒറ്റയ്ക്കാണ്. സഹായത്തിന് ഒരു ജോലിക്കാരിയുണ്ട്. കോഴിക്കോട്ടെ ഫ്ളാറ്റിൽ വെച്ചാണ് രവിവർമ്മ തമ്പാൻ എന്നോട് സംസാരിച്ചത്.

നോക്കൂ, അഗ്നിബീജാക്ഷരം കുറിച്ച പാദങ്ങൾ തറയിൽ സ്പർശിച്ചിരിക്കുന്നു. ചാരുകസേരയിൽ നമ്രശിരസ്കനായിട്ടിരിക്കുന്ന മഹാരാജാവ് കോടിയുടുത്തിട്ടില്ല. സ്വർണ്ണത്തളയും കാൽമോതിരവുമില്ല. വെൺകൊറ്റകുടയും പാവാടയും പകൽവിളക്കും അകമ്പടിയില്ല. കയ്യിൽ പോണ്ടിയും വാളുമില്ല. അധികാരത്തിന്റെ വർണ്ണശബളിമ ഒട്ടുമില്ലെങ്കിലും ഇദ്ദേഹം രാജാവാണ്. ഗന്ധർവ്വ സംഭവരെന്നറിയപ്പെടുന്ന വെങ്ങനാട് കോവിലകത്തെ വലിയ നമ്പിടി, വീര ഇരവി രാജ രവിവർമ്മ തമ്പാൻ എന്ന് നാമധേയനായ കൊല്ലങ്കോട് രാജാവ്.

■

നെമ്മാറ

ചിറ്റൂരിനെ ആക്രമിക്കാനെത്തിയ 'കൊങ്ങൻ പടയെ' തുരത്താൻ സഹായിച്ച പെരുമ്പടപ്പിന് (കൊച്ചി) പാലക്കാട് സമ്മാനിച്ച ഭൂമിക യാണ് 'നാലുദേശവും കൊടകരനാടും'. ഇതിലെ നാലുദേശം, കൊല്ലങ്കോട് ഒഴിച്ചുള്ള ചിറ്റൂർ താലൂക്കിലെ നാലു ദേശങ്ങളാണ്. അവ ചിറ്റൂർ, തത്തമംഗലം, പട്ടഞ്ചേരി, നല്ലേപ്പള്ളി എന്നിവിട ങ്ങളാണ്. നെമ്മാറയുൾപ്പെടുന്ന മറ്റിടങ്ങളാണ് 'കൊടകരനാട്'.

അക്കാലത്ത് പാലക്കാട് രാജാവിന്റെ ഇടപ്രഭുക്കന്മാരായിരുന്ന 'തിരുട്ടി അച്ചനും', 'കൊടകരനായരും' ആയിരുന്നു ആ പ്രദേശ ങ്ങളിലെ ഭരണാധികാരികൾ. ചിറ്റൂർ അക്കാലത്ത് നാലുദേശത്തിന്റെ തലസ്ഥാനമായിരുന്നു. നെല്ലിയാമ്പതി, പോത്തുണ്ടി, പറമ്പിക്കുളം തുടങ്ങിയ വനപ്രദേശങ്ങൾ എല്ലാം കൊടകരനാടിന്റെ ഭാഗവും. ഇതിൽ പടിഞ്ഞാറെ കൊടകര നാടായ നെമ്മാറ, അക്കാലത്ത് പശ്ചിമഘട്ടത്തിലെ വലിയൊരു ഗ്രാമമായിരുന്നു. ഇന്ന് നെമ്മാറ വല്ലങ്ങി വേല ആഘോഷിക്കുന്ന പ്രസിദ്ധമായ നെല്ലിക്കുളങ്ങര ഭഗവതി ക്ഷേത്രമാണ് ഗ്രാമക്ഷേത്രം.

നെല്ലിക്കുളങ്ങര ഭഗവതി ക്ഷേത്രം

പാലക്കാട്ടുനിന്ന് 27 കി.മീ തെക്ക്, നെമ്മാറ വല്ലങ്ങി റോഡരു കിൽ വല്ലങ്ങി എന്നിടത്താണ് നെല്ലിക്കുളങ്ങര ഭഗവതി ക്ഷേത്രം. പശ്ചിമഘട്ടത്തിന്റെ ഭാഗമായ നെല്ലിയാമ്പതി മലയിൽനിന്ന് ഭഗവതി ഇവിടെ എത്തിയെന്നാണ് ഐതിഹ്യം. 13-ാം നൂറ്റാണ്ടിലേതാണ് ക്ഷേത്രം. ക്ഷേത്രപ്പിറവിയുമായി ബന്ധപ്പെട്ട ഐതിഹ്യം ഇങ്ങനെ.

പാരി രാജാക്കന്മാർ

അക്കാലത്ത് പറമ്പിക്കുളം വരെ നീണ്ടു കിടന്നിരുന്ന ഈ പ്രദേ ശമെല്ലാം 'പാരി' രാജാക്കന്മാരുടെ (Pari Kingdom) അധീനത്തിലാ യിരുന്നു. വനവിഭവംകൊണ്ട് സമ്പന്നരായിരുന്ന പാരി രാജ

നെല്ലിക്കുളങ്ങര ക്ഷേത്രം

വംശത്തെക്കുറിച്ച് കപിലരുടെ സംഘം തമിഴ്കൃതികളിൽ പരാമർശമുണ്ട്. പറമ്പുമലയിലെ പാരിയാണ് പറമ്പിക്കുളത്തെ വാൾമുഖ്യനും കുലമുഖ്യനും. സംഘകാലത്ത് 300 ഊരുകളായിരുന്നു പാരിയുടെ സാമ്രാജ്യം. കൃഷി ചെയ്യാതെയെടുക്കുന്ന നാലു വിളകൾ മുളയരി, ചക്കപ്പഴം, വള്ളിക്കിഴങ്ങ്, തേൻ എന്നിവ ഈ രാജ്യത്തുണ്ടായിരുന്നു. ചന്ദനവും വേങ്ങയുമാണ് ഈ വനങ്ങളിലെ പ്രധാന വൃക്ഷങ്ങൾ. പാരിയുടെ ഈ സാമ്രാജ്യത്തിലായിരുന്നു നെല്ലിക്കുളത്തിമല. ആ മലയിൽ പാരി ആരാധിച്ചുവന്ന ദേവിയെയാണ് കൊടകരനായർ കുലദൈവമായി സ്വീകരിച്ച് നെമ്മാറയിൽ കൊണ്ടുവന്ന് ഭദ്രകാളീ സങ്കല്പത്തിൽ പ്രതിഷ്ഠിക്കുന്നത്. ദേവി, സംഘകാല ദേവതയായ 'കൊറ്റവൈ'യാണന്ന് വാദിക്കുന്നവരുണ്ട്. അതല്ല പഴയ പറമ്പിക്കുളം രാജ്യത്തെ പരദേവതയാണന്ന് വിശ്വസിക്കുന്നവരുമുണ്ട്. ചരിത്ര രേഖകളിൽ ചേര, ചോള, പാണ്ഡ്യ രാജാക്കന്മാർ പാരിയോട് ഏറ്റുമുട്ടിയതായും യുദ്ധത്തിൽ അവസാനത്തെ പാരി രാജാവ് കൊല്ലപ്പെട്ടതായും കാണുന്നു. തുടർന്ന് ഏറെക്കാലം ഈ പ്രദേശം അവഗണിക്കപ്പെട്ട നിലയിൽ ആയിരുന്നതിനാൽ കൂടുതൽ ചരിത്രരേഖകൾ ലഭ്യമല്ല.

കുടുംബ പരദേവത

പാരിരാജാക്കന്മാരുടെ കുടുംബ പരദേവതയായിരുന്നു നെല്ലിക്കുളത്തുമലയിലെ ഭദ്രകാളിയെന്ന് പറഞ്ഞല്ലോ. പാരി രാജാക്കന്മാർക്കു

ശേഷം ഈ പ്രദേശമെല്ലാം പാലക്കാട് രാജാവിന്റെ അധീനത്തിലായി. കൊങ്ങനെ തുരത്തിയതിനു പ്രതിഫലമായി പാലക്കാട് രാജാവ് പഴയ ചിറ്റൂർ താലൂക്ക് കൊച്ചിക്ക് നൽകിയപ്പോൾ, കൊച്ചി രാജാവ് കൊടകര നായരെ നെല്ലിയാമ്പതി ഉൾപ്പെടുന്ന ഈ പ്രദേശത്തിന്റെ ഭരണ ചുമതലയേൽപ്പിച്ചു. നെല്ലിയാമ്പതിക്കു പുറമെ അയിരൂർ, തിരുവാഴിയാട്, നെന്മാറ, വല്ലങ്ങി, വിത്തനശ്ശേരി എന്നീ ദേശങ്ങങ്ങളും കൊടകരനായരുടെ അധികാരാതിർത്തിയിലായിരുന്നു. അക്കാലത്ത് കൊടകരനായർ നെല്ലിയാമ്പതിയിലെത്തുമ്പോഴെല്ലാം നെല്ലിക്കുളത്തു മലയിലെ ഭദ്രകാളിയെ കണ്ടു വണങ്ങാറുണ്ടായിരുന്നു. അങ്ങനെ ഒരിക്കൽ നെല്ലിയാമ്പതി സന്ദർശനത്തിനെത്തിയ കൊടകരനായർ, പ്രായാധിക്യം മൂലം തനിക്ക് ഇനിയും ഈ മലകയറിവന്ന് ഭഗവതിയെ തൊഴാൻ ബുദ്ധിമുട്ടാണെന്നറിയിച്ചു. അതുകൊണ്ട് ഭഗവതിയുടെ സാന്നിധ്യം തന്റെ നാടായ വല്ലങ്ങി ദേശത്ത് ഉണ്ടാവണമെന്നും അപേക്ഷിച്ചു.

ഭഗവതി ഓലക്കുടപ്പുറത്തേറി നെന്മാറയ്ക്ക്

ആ തവണ ക്ഷേത്ര ദർശനം കഴിഞ്ഞ് മടങ്ങിയ കൊടകരനായർ, തന്റെ ഓലക്കുട വല്ലങ്ങി കോതക്കുളത്തിന്റെ തെക്കേക്കരയിൽ വെച്ച് ദേഹശുദ്ധി വരുത്താനിറങ്ങി. കുളികഴിഞ്ഞ് നോക്കുമ്പോൾ കുടയെടുക്കാൻ പറ്റുന്നില്ല. കുട, ഇതിനകം കളക്കടവിൽ ഉറച്ചു പോയിരുന്നു. തുടർന്നു നടത്തിയ പ്രശ്നവിചാരത്തിൽ കണ്ടു, നെല്ലിക്കുളത്തു മലയിലെ ഭദ്രകാളി കൊടകരനായരുടെ കുടപ്പുറത്തേറി വല്ലങ്ങിയിലെത്തിയെന്ന്. അതേതുടർന്ന് ഭദ്രകാളിയെ അവിടെ പ്രതിഷ്ഠിച്ചു. തുടർന്ന് ഏറെക്കാലത്തിനു ശേഷമാണ് കൊച്ചി രാജാവ് ഭദ്രകാളിയെ ഇന്ന് കാണുന്നിടത്ത് ക്ഷേത്രം പണിത് മാറ്റി പ്രതിഷ്ഠിച്ചത്. 1951ൽ കൊച്ചിൻ ദേവസ്വം ബോർഡ് ഏറ്റെടുക്കും വരെ ക്ഷേത്രം കൊച്ചി രാജാവിന്റെ നിയന്ത്രണത്തിലായിരുന്നു.

ചാന്താട്ടമുള്ള ദാരു വിഗ്രഹം

പാലക്കാട് ജില്ലയിലെ പ്രധാന ഭഗവതി ക്ഷേത്രങ്ങളിലൊന്നാണ് നെന്മാറ നെല്ലിക്കുളങ്ങര ഭഗവതി ക്ഷേത്രം. പ്രധാന മൂർത്തി വടക്കോട്ട് ദർശനമായ ഭദ്രകാളി. ആറടിയോളം ഉയരമുള്ള ചാന്താട്ടമുള്ള ദാരു വിഗ്രഹം. ഉപദേവന്മാരായി ഗണപതിയും അയ്യപ്പനും. രാവിലെ 5 മുതൽ 10.30 വരെയും വൈകീട്ട് 5 മുതൽ 8 വരെയും തുറന്നിരിക്കുന്ന ക്ഷേത്രത്തിൽ ദിവസം മൂന്ന് പൂജ. ക്ഷേത്രത്തിൽ പ്രതിഷ്ഠ നടത്തിയ തന്ത്രി ആരെന്നറിയില്ല. ഇപ്പോൾ തന്ത്രം തൃശ്ശൂർ പറപ്പൂക്കര മനയ്ക്ക്. എമ്പ്രാന്തിരിമാരാണ് ശാന്തിക്കാർ. ശത്രുസംഹാരാർത്ഥമുള്ള രക്തപുഷ്പാഞ്ജലിയും നെയ്പായസവുമാണ് പ്രധാന വഴിപാട്.

നെമ്മാറ വല്ലങ്ങി വേല

ഭൂപരിഷ്കരണ നിയമം പ്രാബല്യത്തിൽ വരുംമുമ്പ് ക്ഷേത്രത്തിന്റേതായി എത്ര ഭൂമി ഉണ്ടെന്നറിയില്ല. ഇപ്പോൾ 2.90 ഏക്ര ഭൂമിയുണ്ട്. അതിൽ ശ്രീകോവിൽ, മണ്ഡപം, അഗ്രമണ്ഡപത്തോടുകൂടിയ ചുറ്റമ്പലം, ഉപക്ഷേത്രങ്ങൾ, വലിയ ബലിക്കൽ, ദീപസ്തംഭം ഊട്ടുപുര, കിണർ, കുളം, ചുറ്റുമതിൽ എന്നിവ ഉൾക്കൊള്ളുന്നതാണ് ക്ഷേത്രസമുച്ചയം.

ഉത്സവം

തൃശ്ശൂർ പൂരത്തോളം കേമമാണ് മീനം 20ന് നടക്കുന്ന നെമ്മാറ വല്ലങ്ങി വേല. തൃശ്ശൂർ പൂരത്തിലെ തിരുവമ്പാടിയും പാറമേക്കാവും പോലെ നെമ്മാറ ദേശക്കാരും വല്ലങ്ങിദേശക്കാരും മത്സരിച്ചാണ് പൂരം നടത്തിപ്പ്. കേരളത്തിലെ ഏറ്റവും തലയെടുപ്പുള്ള ആനകളെ ഇരുവിഭാഗക്കാരും അണിനിരത്തും. അതുപോലെ വെടിക്കെട്ടും അതിഗംഭീരമാണ്.

നെമ്മാറ ചിദംബരസ്വാമി ക്ഷേത്രം

നെമ്മാറയിലെ കൊടകരനായരുമായി ബന്ധപ്പെട്ട മറ്റൊരു ക്ഷേത്രമാണ് ചിദംബരസ്വാമി ക്ഷേത്രം. പ്രധാനമൂർത്തി കിഴക്കോട്ടു ദർശനമായ ശിവൻ. തമിഴ് രീതിയിലാണ് ഇവിടെ ആരാധന. നെമ്മാറ കൃഷ്ണാപുരം ഗ്രാമക്ഷേത്രമാണ്. കൊടകര നായരായിരുന്നു ഭരണാധികാരി. കോഴിക്കോട് സാമൂതിരിക്ക് കൊച്ചി രാജ്യ രഹസ്യങ്ങൾ

ഒറ്റിക്കൊടുത്തതിനാൽ കൊടകര നായരെ വധിക്കാൻ കൊച്ചി രാജാവ് നെമ്മാറയിലെ കൃഷ്ണപട്ടർ കാര്യക്കാരെ നിയോഗിച്ചു എന്നാണ് കേട്ടിട്ടുള്ളത്. കൊടകര നായരുടെ കുട്ടിപ്പട്ടരായ കൊടുത്തിരിക്കാരൻ ചോഴിപ്പട്ടരുടെ സഹായത്തോടെ കൃഷ്ണപ്പട്ടർ കാര്യക്കാരൻ അയിലൂരിൽ ചെന്ന് കൊടകരനായരുടെ തല വെട്ടി. ആ സ്ഥലം ഇന്നും 'തലവെട്ടിപ്പാറ' എന്ന പേരിൽ അറിയപ്പെടുന്നു. കൊടകരനായരുടെ വെട്ടിയെടുത്ത തല, പട്ടിൽ പൊതിഞ്ഞ് കൊച്ചി രാജാവിന്ന് കാഴ്ചവെച്ചു എന്നാണ് കഥ. ഇതിന് പ്രതിഫലമായി 3000 പൊൻ പണവും, 1000 പറ നിലവും കരമൊഴിവായി കൃഷ്ണപ്പട്ടർ കാര്യക്കാരന് കൊച്ചി രാജാവ് നൽകി. ഈ കൊടും പാപ പരിഹാരമെന്നോണമത്രെ കൊല്ലവർഷം 951ൽ, കൃഷ്ണപ്പട്ടർ കാര്യക്കാരുടെ മകൻ രാമസ്വാമി പട്ടർ കാര്യക്കാരൻ 1200 പണിക്കാരെ നിയോഗിച്ച് ഈ ശിവക്ഷേത്രവും പുത്തൻ കുളവും പണി തീർത്തത്. മാത്രമല്ല പാപപരിഹാരത്തിന്റെ ഭാഗമായി ഇവിടെ 12 വീടുകൾ പണി കഴിച്ച് 12 ബ്രാഹ്മണർക്ക് ദാനം ചെയ്തു. അങ്ങനെയാണ് കൃഷ്ണാപുരം ഗ്രാമത്തിന്റെ പിറവി. നെല്ലിക്കുളങ്ങര ക്ഷേത്രത്തിലെ കഞ്ഞി പാർച്ചയും ഈ പാപപരിഹാരത്തിനായിരുന്നു എന്നാണ് പറയപ്പെടുന്നത്. ■

ആലത്തൂർ

പാലക്കാട് ജില്ലയിലെ ഒരു പ്രധാന താലൂക്കും അതിന്റെ ആസ്ഥാനവുമാണ് 'ആലത്തൂർ'. കേരളത്തിലെ പഴയ 32 ശുദ്ധ നമ്പൂതിരി ഗ്രാമങ്ങളിലൊന്നായ 'ആലത്തൂർ ഗ്രാമം' (ആലത്തിയൂർ) മലപ്പുറം ജില്ലയിലാണ്. 'ആലം', 'ഊർ' എന്നീ പദങ്ങൾ ചേർന്നാണ് ആലത്തൂർ എന്ന സ്ഥലനാമ പിറവി എന്ന് ലോഗൻ പറയുന്നു.

ആലത്തൂർ, എരിമയൂർ, കാവശ്ശേരി, കണ്ണമ്പ്ര, കിഴക്കഞ്ചേരി, വടക്കഞ്ചേരി, മേലാർകോട്, പുതുക്കോട്, തരൂർ, വണ്ടാഴി, കോട്ടായി, കുത്തനൂർ, പെരിങ്ങോട്ടുകുർശ്ശി എന്നീ ഗ്രാമപഞ്ചായത്തുകൾ ഉൾപ്പെടുന്ന ആലത്തൂർ താലൂക്കിൽ മൊത്തം 47 വില്ലേജുകളുണ്ട്. പാലക്കാടിനെ കേരളത്തിന്റെ നെല്ലറയാക്കിയതിൽ ഒട്ടും ചെറുതല്ലാത്ത പങ്ക് ആലത്തൂരിനുണ്ട്. നെൽകൃഷിയാണ് ഇവിടെ പ്രധാനം. മലമ്പുഴ, ഗായത്രിപ്പുഴ എന്നിവിടങ്ങളിൽ നിന്നുള്ള ജലസേചന കനാലുകൾ ആലത്തൂരിനെ ജലസിക്തമാക്കുന്നു.

571.7 ച.കി.മീ മൊത്തം വിസ്തീർണ്ണമുള്ള ആലത്തൂർ താലൂക്കിൽ, 2011ലെ കാനേഷുമാരിക്കണക്കനുസരിച്ച്, ജനസംഖ്യ 4,44,995 ആണ്. 2,16,248 പുരുഷന്മാരും, 2,28,747 സ്ത്രീകളും. ഇതിൽ ഏകദേശം തുല്യ അനുപാതത്തിൽ ഹിന്ദുക്കളും മുസ്ലീമുകളും വസിക്കുന്നു. ജില്ലാ കേന്ദ്രങ്ങളായ പാലക്കാടുനിന്ന് 22 കി.മീറ്ററും തൃശ്ശൂരിൽനിന്ന് 33 കി.മീറ്ററും ദൂരമുണ്ട് ആലത്തൂർക്ക്. റൈസ് മില്ലുകളും ബീഡി നിർമ്മാണ കേന്ദ്രങ്ങളുമായിരുന്നു ഒരു കാലത്ത് ആലത്തൂരെ പ്രധാന വ്യാപാര സ്ഥാപനങ്ങൾ. ആലത്തൂരെ മതന്യൂനപക്ഷമായ ക്രിസ്ത്യാനികൾ, കോട്ടയം, ഇടുക്കി ജില്ലകളിൽ നിന്നുള്ള കുടിയേറ്റ കർഷകരാണ്. ഇവർ വടക്കഞ്ചേരി, കിഴക്കഞ്ചേരി, പാലക്കുഴി, വണ്ടാഴി, മംഗലംഡാം എന്നിവിടങ്ങളിൽ റബർ കൃഷിയിലേർപ്പെട്ടിരിക്കുന്നു.

വീഴുമല

വീഴുമല

തെക്ക് ആലത്തൂരിനും വടക്ക് ചിറ്റലഞ്ചേരിക്കും ഇടയിൽ, പാറക്കുണ്ട് ഗ്രാമത്തിൽ കിഴക്കുപടിഞ്ഞാറ് ദിശയിൽ, നാലു കിലോ മീറ്ററോളം നീളമുള്ളൊരു ഒറ്റപ്പെട്ട മലയാണ് 'വീഴുമല'. ചിലർ വീണമലയെന്നും ഇതിനെ വിശേഷിപ്പിക്കാറുണ്ട്. ഒരു കാലത്ത് പൂർണ്ണമായും വനംവകുപ്പിന്റെ അധീനത്തിലായിരുന്ന ഈ വന മേഖലയുടെ പല ഭാഗവും ഇപ്പോൾ അനധികൃത കയ്യേറ്റത്തിനു വിധേയമായ നിലയിലാണ്. പണ്ട് ശരിക്കും ഒരു ഔഷധസസ്യ കലവറയായിരുന്ന ഈ പ്രദേശം ഇപ്പോൾ വെറും മൊട്ടക്കുന്നായി മാറിക്കഴിഞ്ഞു. 400 മീറ്റർ ഉയരമുള്ള പടിഞ്ഞാറെ അറ്റവുമായി താരതമ്യപ്പെടുത്തുമ്പോൾ വീഴുമലയുടെ കിഴക്കേ അറ്റത്തിന് ഉയരം കുറവാണ്. പടിഞ്ഞാറു ഭാഗത്ത് 'ചട്ടക്കല്ല്' എന്നറിയപ്പെടുന്ന രണ്ട് വലിയ പാറകളും അവയ്ക്കിടയിൽ സാമാന്യം വലിയ ഒരു വിടവും കാണാം. മഴ കനക്കുമ്പോൾ ഇവിടെ ചെറിയ ജലപാതങ്ങൾ രൂപ പ്പെടാറുണ്ട്.

ഐതിഹ്യം

രാമരാവണ യുദ്ധത്തിനിടയ്ക്ക് ഇന്ദ്രജിത്തിന്റെ നാഗാസ്ത്ര പ്രയോഗത്തിൽ ഗുരുതരമായി പരുക്കേറ്റ് രാമലക്ഷ്മണന്മാർ യുദ്ധ ക്കളത്തിൽ മോഹാലസ്യപ്പെട്ട് വീണുപോയപ്പോൾ, ജാംബവാന്റെ

നിർദ്ദേശപ്രകാരം ഹനുമാൻ മൃതസഞ്ജീവനി ഔഷധികളായ ശല്യകരണി, വിശല്യകരണി, സന്ധാനകരണി, സുവർണ്ണകരണി എന്നിവ തേടി കൈലാസത്തിലെ ഋഷഭാദിമലയിലെത്തി. പക്ഷേ ഹനുമാന് ജാംബവാൻ നിർദ്ദേശിച്ച ഔഷധച്ചെടികൾ തിരിച്ചറിയാൻ പറ്റാതായപ്പോൾ, അവിടെ ഔഷധസസ്യങ്ങൾ വളർന്നിരുന്ന ഋഷഭാദിമല മൊത്തമായി പൊക്കിയെടുത്ത് ലങ്കയിലെ യുദ്ധക്കളത്തിലേക്കു പറക്കേണ്ടിവന്നു. എന്നാൽ ആ യാത്രയ്ക്കിടയിൽ ഹനുമാൻ കയ്യിലേന്തിയ ഋഷഭാദിമലയുടെ ചില ഭാഗങ്ങൾ കേരളമടക്കം ഇന്ത്യയുടെ പല ഭാഗങ്ങളിൽ അടർന്നുവീണു. അങ്ങനെ ഹനുമാന്റെ കയ്യിൽനിന്ന് അടർന്നുവീണ ഒരു മലഭാഗമാണ് ഈ 'വീണമല' എന്ന് പറയപ്പെടുന്നു. വീണമല കാലാന്തരത്തിൽ 'വീഴുമല'യായി. വീഴുമല ഭൂമിയിൽ പതിച്ചത് തല കീഴായിട്ടായിരുന്നെന്നും അതിനാൽ ആ ഭാഗത്തെ കുറെ ഔഷധസസ്യങ്ങൾ നശിച്ചുപോയെന്നും കേട്ടിട്ടുണ്ട്. കഥകളെന്തായാലും ഇപ്പോഴും അപൂർവ്വ ഔഷധസസ്യങ്ങൾ തേടി ആയുർവേദ വൈദ്യന്മാർ വീഴുമലയിൽ എത്താറുണ്ട്.

അയ്യർ മട

വീഴുമല എന്ന ഒറ്റക്കൽ മലയ്ക്ക് 1202 അടി (400 മീറ്റർ) ഉയരമുണ്ട് എന്നു പറഞ്ഞല്ലോ. മലയുടെ ഏകദേശം പകുതിയോടടുത്ത ഭാഗത്ത് ഒരു ഗുഹയുണ്ട്. 'അയ്യർ മട' എന്ന് അറിയപ്പെടുന്ന ഈ ഗുഹയിൽ നിന്ന് 4 കി.മീ. പടിഞ്ഞാറുള്ള അഞ്ചുമൂർത്തി മംഗലത്തെ കുളത്തിലേക്ക് ഒരു രഹസ്യമാർഗ്ഗമുണ്ടെന്നാണ് പറയപ്പെടുന്നത്. പാറയ്ക്കടുത്ത് കാണുന്ന തകർന്ന ക്ഷേത്രാവശിഷ്ടങ്ങളും മറ്റും പണ്ടിവിടെ ആൾപ്പാർപ്പുണ്ടായിരുന്നു എന്ന സൂചന നൽകുന്നു. പാറയിലെ ഒരിക്കലും വറ്റാത്ത നീരുറവകളും ക്ഷേത്രാവശിഷ്ടങ്ങളും മനോഹര കാഴ്ചകളാണെന്ന് വില്യം ലോഗൻ തന്റെ 'മലബാർ മാന്വലിൽ' രേഖപ്പെടുത്തിയിട്ടുണ്ട്. വീഴുമലയ്ക്കു മുകളിൽ മലദൈവമായ അയ്യപ്പൻ കുടികൊള്ളുന്നു എന്നൊരു വിശ്വാസമുണ്ട്.

ജൈന തീർത്ഥങ്കരന്മാർ

വീഴുമലയിൽനിന്നു ലഭിച്ച രണ്ട് ജൈന വിഗ്രഹങ്ങൾ തൃശ്ശൂർ പുരാവസ്തു മ്യൂസിയത്തിൽ പ്രദർശിപ്പിച്ചിട്ടുണ്ട്. അവ ജൈന തീർത്ഥങ്കരന്മാരായ മഹാവീരനും പാർശ്വനാഥനുമാണ്. പാലക്കാടിനോട് ചേർന്നു കിടക്കുന്ന കൊങ്ങുനാട്ടിലെ രാജാക്കന്മാരും ഗംഗന്മാരും പണ്ട് ഇവിടെ ജൈനമതം പ്രോത്സാഹിപ്പിച്ചതായി പറയപ്പെടുന്നു. കേരളത്തിലേക്ക് ജൈനമതമെത്തിയത് കർണാടകത്തിലെ ശ്രാവണ

ബൽഗോളയിൽനിന്നും തമിഴകത്തെ കൊങ്ങുനാട്ടിൽനിന്നുമാണ്. വീഴുമല ഉൾപ്പെടുന്ന ഈ പ്രദേശമെല്ലാം പണ്ട് കൊടുങ്ങല്ലൂരിലെ 'കണവായ് കോട്ട'ത്തിന്റെ നിയന്ത്രണത്തിലായിരുന്നു എന്നാണ് വി.വി.കെ. വാലത്തിന്റെ നിരീക്ഷണം.

മംഗലം ഡാം

1940കളിലാണ് പാലക്കാട് ജില്ലയുടെ തെക്കു കിഴക്കൻ മലയോര പ്രദേശമായ വടക്കഞ്ചേരിക്കും മംഗലത്തേക്കും തെക്കൻ കേരള ത്തിൽനിന്നുള്ളവരുടെ കുടിയേറ്റം ആരംഭിച്ചത്. അങ്ങനെ കോട്ടയം, തൊടുപുഴ, പെരുമ്പാവൂർ, ഇടുക്കി എന്നിവിടങ്ങളിൽ നിന്നെത്തിയ കുടിയേറ്റ കർഷകരെ ഇന്നാട്ടുകാർ രണ്ടു കയ്യും നീട്ടി സ്വീകരിച്ചു. ഇവരുടെ കൃഷി ആവശ്യങ്ങൾക്ക് സമൃദ്ധമായി ജലം ലഭിക്കണ മെന്ന ചിന്തയാണ് ഇവിടെയൊരു അണക്കെട്ട് നിർമ്മിക്കാൻ കാരണ മായത്.

1952ൽ തമിഴ്നാട് സർക്കാരാണ് ഭാരതപ്പുഴയുടെ പോഷകനദി യായ ഗായത്രിപ്പുഴയുടെ പ്രധാന കൈവഴിയായ മംഗലം പുഴയിൽ പുതിയ അണക്കെട്ടിന്റെ നിർമ്മാണം ആരംഭിച്ചത്. അവിടത്തെ തൊഴിലാളികൾക്കും ഉദ്യോഗസ്ഥർക്കും താമസത്തിനായി ഡാം സൈറ്റിൽ ക്വാർട്ടേഴ്സുകൾ നിർമ്മിച്ചു. 1959ൽ ഡാമിന്റെ പണി പൂർത്തിയായതോടെ ഈ നാടിന്റെ സ്ഥലനാമം തന്നെ 'മംഗലം ഡാം' എന്നായി. 1960 ആയപ്പോഴേക്കും മംഗലം ഡാമിലേക്ക് നേരിട്ട് ബസ് സർവീസ് ആരംഭിച്ചു. വിവിധ മതവിഭാഗക്കാരുടെ ആരാധ നാലയങ്ങൾ ഉണ്ടായി. 1964ൽ ഇവിടെ ആദ്യത്തെ വിദ്യാഭ്യാസ സ്ഥാപനം പ്രവർത്തനമാരംഭിച്ചു. അതോടെ 'മംഗലം ഡാം' ചെറി യൊരു ടൗൺഷിപ്പായി.

കേരളത്തിൽ മഴക്കാലം പിറന്നാൽ പാലക്കാട് ജില്ലയിൽ ആദ്യം നിറയുന്ന അണക്കെട്ട് മംഗലം ഡാം ആണ്. ഇടവപ്പാതി ആരംഭി ക്കുന്ന ജൂൺ മുതൽ തുലാവർഷം പിൻവാങ്ങുന്ന നവംബർവരെ ഈ അണക്കെട്ട് നിറഞ്ഞു കിടക്കും. തുടർന്ന് ഫെബ്രുവരിയോടെ അണക്കെട്ടിലെ ജലനിരപ്പ് താഴും. അതോടെ സമീപപ്രദേശങ്ങളിൽ ജലക്ഷാമം ആരംഭിക്കും. അന്നേരം അണക്കെട്ടിന്റെ വലതുകര കനാൽ വഴി വണ്ടാഴി, മുടപ്പല്ലൂർ, അണക്കപ്പാറ, തെന്നിലാപുരം, കഴനി ചുങ്കം, പാടൂർ വഴി കിഴക്കഞ്ചേരി, വടക്കഞ്ചേരി, പുളിങ്കുട്ടം, കണ്ണമ്പ്ര, പുതുക്കോട്, മണപ്പാടം വഴി 23 കി.മീ. അകലെയുള്ള 'കണക്കന്നൂർ' വരെയും വെള്ളമെത്തിക്കും.

പണ്ട് കൃഷി ആവശ്യത്തിനായി മംഗലംഡാമിന്റെ ഇടതുവലതു കര കനാലുകൾ 90 ദിവസം വരെ തുറക്കുമായിരുന്നു. പിന്നീട്

വെള്ളം കുറവായപ്പോൾ ഇത് 74 ദിവസമായി ചുരുങ്ങി. ഇപ്പോഴും വണ്ടാഴി, കിഴക്കഞ്ചേരി, വടക്കഞ്ചേരി, കണ്ണമ്പ്ര പഞ്ചായത്തുകളിൽ ശുദ്ധജലമെത്തിക്കുന്നത് മംഗലം ഡാമിൽ നിന്നാണ്. ഇപ്പോൾ ഫിഷറീസ് വകുപ്പിന്റെ സഹകരണത്തോടെ ഡാമിൽ വലിയ തോതിൽ മത്സ്യം വളർത്തലുണ്ട്. ഡാമിന്റെ ജലസംഭരണിയിൽ അടിഞ്ഞു കൂടിയ ചെളി നീക്കം ചെയ്ത് ആഴംകൂട്ടി സംഭരണ ശേഷി വർദ്ധിപ്പിക്കാനുള്ള പദ്ധതിയും പുരോഗമിക്കുന്നു.

പൂക്കുളങ്ങര ഭഗവതി ക്ഷേത്രം

പ്രസിദ്ധമാണ് 'കുനിശ്ശേരി കുമ്മാട്ടി' അരങ്ങേറുന്ന കുനിശ്ശേരി പൂക്കുളങ്ങര ഭഗവതി ക്ഷേത്രം. 14-ാം നൂറ്റാണ്ടിലേതാണ് ക്ഷേത്രം. പെരുമ്പടപ്പ് സ്വരൂപത്തിന്റെ വക ക്ഷേത്രം പിൽക്കാലത്ത് സാമൂതിരിയുടേതായി. ഇതുമായി ബന്ധപ്പെട്ടു നടന്ന യുദ്ധത്തിൽ ഈ പ്രദേശത്തെ മുഴുവൻ നായർ യോദ്ധാക്കളും കൊല്ലപ്പെട്ടു എന്നാണ് പറയപ്പെടുന്നത്. അതോടെ അനാഥരായ അവരുടെ കുടുംബങ്ങളുടെ സംരക്ഷണാർത്ഥം സാമൂതിരി, അഞ്ഞൂറ് നായന്മാരെ ഇവിടെ അധിവസിപ്പിക്കുകയുണ്ടായി. അവർ 'അഞ്ഞൂറ്റവർ' എന്ന പേരിലാണ് അറിയപ്പെട്ടിരുന്നത്. ഈ കഥ പാട്ടു രൂപത്തിൽ മീനത്തിലെ പുണർതം നാളിൽ പൂക്കുളങ്ങര ഭഗവതിയുടെ മൂലസ്ഥാനം എന്ന് വിശ്വസിക്കുന്ന തെക്കേ മഠത്തിൽ ചൊല്ലി കേൾപ്പിക്കാറുണ്ട്. ഈ വാമൊഴി അവതരണം 'കൈപിടി വാചികം' എന്നാണ് അറിയപ്പെടുന്നത്. സാമൂതിരിയുടെ നാലായിരം നായർ പടയാളികൾക്കൊപ്പം അച്ചൻ, ഇളയത്, പണിക്കർ, പറമ്പി എന്നീ കാര്യസ്ഥന്മാരും ചേർന്ന് ഈ പ്രദേശം കീഴടക്കിയ കഥയാണ് കുനിശ്ശേരി കുമ്മാട്ടി മാമാങ്ക മഹോത്സവത്തിൽ അവതരിപ്പിക്കുന്നത്. പിൽക്കാലത്ത് കുനിശ്ശേരി നായന്മാരുടെ കൈവശത്തിലായിരുന്ന ക്ഷേത്രം ഇപ്പോൾ HR & CEയുടെ മേൽനോട്ടത്തിൽ മൂന്നംഗ ട്രസ്റ്റ് ബോർഡ് ഭരിക്കുന്നു.

ക്ഷേത്രഘടന

ഭൂപരിഷ്കരണ നിയമം വരും മുമ്പ് പൂക്കുളങ്ങര ഭഗവതി ക്ഷേത്രത്തിന്റേതായി 68.98 ഏക്ര നിലവും 28.64 ഏക്ര പറമ്പും ഉണ്ടായിരുന്നു. ഇപ്പോൾ 6.93 ഏക്ര പറമ്പ് മാത്രം. അതിൽ 1.88 ഏക്ര ഭൂമിയിലാണ് മുഖമണ്ഡപത്തോടു കൂടിയ ശ്രീകോവിൽ, ഉപ ക്ഷേത്രങ്ങൾ, നമസ്കാര മണ്ഡപം, അഗ്രമണ്ഡപത്തോടുകൂടിയ ചുറ്റമ്പലം, കിണർ, കുളം എന്നിവ അടങ്ങിയ ക്ഷേത്രസമുച്ചയം.

മുഖമണ്ഡപത്തോടു കൂടിയ സാന്ധാര ദീർഘചതുര ഏകതല ശ്രീകോവിൽ. വടക്കോട്ട് ദർശനം. കരിങ്കൽ അടിത്തറയ്ക്കുമേൽ

വെട്ടുകൽ ചുമർ. ചെമ്പോല പതിച്ച മേൽക്കൂര. വ്യാളിമുഖത്തോടു കൂടിയ സോപാനത്തിന് ഏഴ് നേർ പടികൾ. ഗോമുഖാഗ്രമുള്ള മകര സിംഹ പ്രണാളം. വടക്കോട്ടുള്ള പ്രധാന വാതിലിനു പുറമെ ചുമരിൽ മൂന്ന് ഘനദ്വാരങ്ങൾ. കിണർ, അകത്തെ ബലിവട്ടത്തിന്റെ വടക്കുകിഴക്ക് ഭാഗത്ത്.

പ്രതിഷ്ഠ

ഇരിക്കുന്ന സൗമ്യഭാവത്തിലുള്ള ദുർഗ്ഗാ ഭഗവതിയുടെ ദാരുവിഗ്രഹം. വടക്കോട്ട് ദർശനം. ഇതിനു പുറമെ ശ്രീകോവിലിലെ ഇരിക്കുന്ന നിലയിൽ സപ്തമാതൃക്കളും ഗണപതിയും നിൽക്കുന്ന വീരഭദ്രനും ദാരുവിഗ്രഹങ്ങളാണ്.

പൗരോഹിത്യം

ക്ഷേത്രത്തിൽ പ്രതിഷ്ഠ നടത്തിയ ആദ്യകാല തന്ത്രി ആരെന്നറിയില്ല. ഇപ്പോൾ തന്ത്രം അണ്ടലാടി മനയ്ക്ക്. ദിവസം മൂന്നു പൂജ. കർണാടക ബ്രാഹ്മണരാണ് ശാന്തിക്കാർ.

വഴിപാട്

പണപ്പായസം, നെയ്പ്പായസം, ത്രിമധുരം, അർച്ചന, നിറമാല എന്നിവയ്ക്കു പുറമെ 'വെടി' വഴിപാടും ഇവിടെ പ്രധാനമാണ്.

ഉത്സവം

മീനത്തിലെ പുണർതം നാളിൽ കുമ്മാട്ടി ഉത്സവം. സാമൂതിരി ഏർപ്പാടാക്കിയതിനാലാവണം, കുനിശ്ശേരിയിലെ കുമ്മാട്ടി, 'കുമ്മാട്ടി മാമാങ്കം' എന്ന പേരിലാണ് അറിയപ്പെടുന്നത്. രാത്രി കരിവേല. വിജയദശമി നാളിൽ ചെറിയ ആറാട്ട്. വലിയ ആറാട്ട് പന്ത്രണ്ടു വർഷത്തിലൊരിക്കൽ, എടവത്തിലെ പുണർതം നാളിൽ. പിന്നെ 'കണിയാർകളി'യുണ്ട്, മീനത്തിലെ തിരുവോണം നാളിൽ.

ആലത്തൂരിലെ ബീഡി തെറുപ്പ് വ്യവസായം

'ഖസാക്കിന്റെ ഇതിഹാസത്തിൽ' ഒ. വി. വിജയൻ ആലത്തൂരെ ബീഡിക്കമ്പനികളെക്കുറിച്ച് വാചാലനാകുന്നുണ്ട്. ആപ്പിൾ ഫോട്ടോ ബീഡി, കരിം ഫോട്ടോ ബീഡി, പൈനാപ്പിൾ ബീഡി, എം എം ഫോട്ടോ ബീഡി എന്നിവയെല്ലാം ഒരു കാലത്ത് ആലത്തൂരിന്റെ കീർത്തി വാനോളമെത്തിച്ച ബീഡിക്കമ്പനികളായിരുന്നു. ഏറെ കൗതുകം നിറഞ്ഞതായിരുന്നു ഈ ബീഡിക്കമ്പനിയുടെ പരസ്യങ്ങൾ. കുന്നംകുളത്തെ ക്രിസ്ത്യൻ പള്ളി പെരുന്നാളുകൾക്ക്

ആലത്തൂരിലെ ബീഡിത്തൊഴിലാളികൾ

ആപ്പിൾ ഫോട്ടോ ബീഡിയുടെയും കാജാ ബീഡിയുടെയും പച്ച ട്യൂബ് ലൈറ്റിട്ട പരസ്യവണ്ടികൾ റോഡിലൂടെ പാട്ടു പാടി സഞ്ചരിക്കുന്നത് എന്റെ ഓർമ്മയിലുണ്ട്. എതിരാളിയുടെ ബീഡിയെ ചെറുതാക്കിക്കാട്ടാൻ ആ പരസ്യവണ്ടിയിൽ അവതരിപ്പിച്ചു കേട്ട ഒരു ഹാസ്യഗാനമാണിത്.

'ആപ്പിൾ ഫോട്ടോ ബീഡി വലിച്ചാൽ
അപ്പോൾ തുപ്പും കഫം...കഫം..."

ആലത്തൂർ വടക്കഞ്ചേരി കുഴൽമന്ദം, ചിറ്റൂർ കൊടുവായൂർ എന്നീ പ്രദേശങ്ങൾ കേന്ദ്രീകരിച്ചായിരുന്നു പാലക്കാട്ടെ ബീഡിക്കമ്പനികൾ വളർന്നു വലുതായതെന്ന് പറഞ്ഞല്ലോ. അധികവും റാവുത്തർമാരായിരുന്നു ഈ മേഖലയിൽ പ്രവർത്തിച്ചിരുന്നത്. തൃശ്ശൂരിൽ നിന്ന് തെക്കോട്ടായിരുന്നു ആലത്തൂർ ബീഡിക്ക് വൻ ഡിമാൻഡ്. അന്ന് ആയിരത്തോളം തൊഴിലാളികൾ ഈ ബീഡി തെറുപ്പ് മേഖലയിൽ ജോലി ചെയ്തിരുന്നെങ്കിൽ ഇപ്പോൾ അവരുടെ എണ്ണം വിരലിലെണ്ണാൻ മാത്രമായി ചുരുങ്ങി.

ബീഡിയില അരിയുന്ന കത്രിക ശബ്ദം കേട്ടായിരുന്നു ഒരു കാലത്ത് ആലത്തൂരിലെ ഗ്രാമങ്ങൾ ഉറക്കമുണർന്നിരുന്നത്. അന്നെല്ലാം ആലത്തൂരിന്റെ ഉൾഗ്രാമങ്ങളിൽ ബീഡി തെറുപ്പ് ശരിക്കും ഒരു കുടിൽവ്യവസായമായിരുന്നു. പിൽക്കാലത്താണ് ഇവിടെ വലിയ ബീഡിക്കമ്പനികളുണ്ടായത്.

പണിയോടൊപ്പം പത്രവായന

രാവിലെ എട്ടു മണിക്കു മുന്നേ ഈ ശാഖകളിൽ ബീഡി തെറുപ്പാരംഭിക്കും. തൊഴിലാളികൾ സംഘം ചേർന്ന് ഒരിടത്തിരുന്നാണ് ബീഡി തെറുക്കുന്നത്. ഇവർക്ക് രസം പകരാൻ കൂട്ടത്തിലൊരാളെ 'ദേശാഭിമാനി' പത്രം വായിക്കാൻ ഏർപ്പാടാക്കിയിട്ടുണ്ടാകും. ടി.വിയോ റേഡിയോ ഒന്നും കാര്യമായി പ്രചാരത്തിലില്ലാത്ത അക്കാലത്ത് ഇങ്ങനെ പത്രം വായിച്ചു കേട്ടായിരുന്നു ഇവർ ലോക കാര്യങ്ങൾ അറിഞ്ഞിരുന്നത്. ഇങ്ങനെ പത്രദ്വാരാ ലഭിച്ച രാഷ്ട്രീയ ബോധമാണ് ഈ ബീഡിത്തൊഴിലാളികളെ സംഘടിതരാക്കിയതെന്ന് കേട്ടിട്ടുണ്ട്.

വേതനം തുച്ഛം

അന്നെല്ലാം ദിവസവും പണിയുണ്ടാകുമെങ്കിലും ഇവരുടെ വേതനം തുച്ഛമായിരുന്നു. 900 ബീഡി തെറുത്താൽ ഒരാൾക്ക് കൂലി 67 രൂപ, 85 പൈസ. ഒരു ദിവസം രാവിലെ മുതൽ വൈകുന്നേരം വരെ വിശ്രമമില്ലാതെ ജോലി ചെയ്താൽ പോലും പലർക്കും 900 ബീഡി തെറുക്കാൻ കഴിയാറില്ല. ചിലർ സ്വന്തം വീടുകളിലിരുന്നും ബീഡി തെറുക്കാറുണ്ടായിരുന്നു. എന്നാൽ ബീഡിയില കമ്പനിയിൽനിന്ന് പുറത്തേക്ക് കൊണ്ടുപോകാൻ പാടില്ലെന്ന നിയമം വന്നതോടെ തൊഴിലാളികൾക്ക് മുഴുവൻ സമയവും ഈ ബീഡിക്കമ്പനികളിൽ തന്നെയിരുന്ന് ജോലി ചെയ്യേണ്ടിവന്നു. ബീഡിയില വെട്ടലും തെറുപ്പും എല്ലാം സ്വയം ചെയ്യേണ്ടി വന്നപ്പോൾ തെറുക്കുന്ന ബീഡിയുടെ എണ്ണം കുറഞ്ഞു. ഒപ്പം കൂലിയും. അങ്ങനെയാണ് കൂടുതൽ കൂലി ആവശ്യപ്പെട്ട് ആലത്തൂരെ ബീഡി തൊഴിലാളികൾ സമരത്തിനിറങ്ങിയത്. പാലക്കാട് ജില്ലയിലെ ആദ്യത്തെ ഈ തൊഴിലാളി സമരത്തിന് നേതൃത്വം നൽകിയത് കർഷക കമ്മ്യൂണിസ്റ്റ് പ്രസ്ഥാനത്തിന്റെ സംഘാടകനായ ആലത്തൂർ കൃഷ്ണനായിരുന്നു എന്നാണ് മലയാള മനോരമ ലേഖകൻ ആര്യനാട് സനൽകുമാർ അവകാശപ്പെടുന്നത്.

'ബീഡ'യിൽനിന്ന് ബീഡി

മാർവാഡി ഭാഷയിലെ 'ബീഡ'യിൽ നിന്നാണ് ബീഡി എന്ന പദപ്പിറവി. 1605ൽ പോർച്ചുഗീസ് വ്യാപാരികളാണ് ഇന്ത്യയിൽ പുകയില എത്തിച്ചത്. അവർ ബ്രസീലിൽനിന്ന് നല്ലയിനം പുകയില ച്ചെടികൾ ഇന്ത്യയിലെത്തിച്ചു. അതേ തുടർന്ന് പോർട്ടുഗീസുകാർ പുകവലി അവരുടെ കോളനികളിൽ ഒരു സംസ്കാരമാക്കി വളർത്തിയെടുത്തു. 17-ാം നൂറ്റാണ്ടിന്റെ അവസാനത്തിലാണ് ഇന്ത്യയിൽ വ്യാപകമായി പുകയില കൃഷി തുടങ്ങിയതും ബീഡി വ്യവസായം

ആരംഭിച്ചതും. ഇരുപതാം നൂറ്റാണ്ടിന്റെ ആരംഭത്തിൽത്തന്നെ കേരളത്തിൽ ബീഡി തെറുപ്പ് തുടങ്ങിയിട്ടുണ്ടെന്നാണ് അറിയാൻ കഴിഞ്ഞത്. 1901ൽ തന്നെ കണ്ണൂരിനോടൊപ്പം പാലക്കാടും വീടുകൾ കേന്ദ്രീകരിച്ച് ബീഡി തെറുപ്പ് ആരംഭിച്ചിരുന്നു. 1960ൽ കെ.വി. കുഞ്ഞഹമ്മദ് ഹാജി ആലത്തൂരിൽ ആപ്പിൾ ഫോട്ടോ ബീഡിക്കമ്പനി തുടങ്ങി.

പുകവലി ആരോഗ്യത്തിന് ഹാനികരം

ബീഡി വ്യവസായവുമായി നേരിട്ട് ബന്ധപ്പെടുന്ന തൊഴിലാളികളുടെ ആരോഗ്യപ്രശ്നങ്ങൾ കാരണം 1975ൽ ബീഡി, സിഗരറ്റ് എന്നിവയുടെ കവറിൽ 'പുകവലി ആരോഗ്യത്തിനു ഹാനികരം' എന്ന് രേഖപ്പെടുത്താൻ കമ്പനികൾ നിർബന്ധിതരായി. 1999ൽ ജൂലൈ 12ന് കേരളത്തിൽ പൊതുസ്ഥലത്ത് പുകവലി നിരോധിച്ചുകൊണ്ടുള്ള ഉത്തരവ് ഇറങ്ങി. 2008ൽ ഇന്ത്യയൊട്ടാകെ പുകവലി നിരോധനം പ്രാബല്യത്തിൽ വന്നതോടെ ഈ തൊഴിൽ മേഖലയിൽ പ്രവർത്തിക്കുന്നവരുടെ ജീവിതം കഷ്ടത്തിലായി. പല ബീഡിക്കമ്പനികളും പൂട്ടി. പാലക്കാട് ജില്ലയിൽ മാത്രം പതിനായിരത്തോളം പേർ തൊഴിൽരഹിതരായി. ഇപ്പോൾ തമിഴ്നാട്ടിൽനിന്നും ബംഗാളിൽനിന്നും ഇവിടെ എത്തുന്ന 'വരവു' ബീഡികളാണ് ആലത്തൂരെ ഇതരസംസ്ഥാനത്തൊഴിലാളികൾക്കുപോലും പ്രിയം. ■

അട്ടപ്പാടി

പാലക്കാട് ജില്ലയുടെ വടക്കുകിഴക്കൻ അതിരാണ് കേരളത്തിലെ ഒരേയൊരു ട്രൈബൽ ബ്ലോക്ക് ആയ അട്ടപ്പാടി. 552 ച.കി.മീ. വിസ്തൃതിയിൽ, കേരളം തമിഴ്നാട് കർണാടക സംസ്ഥാനങ്ങളിലായി വ്യാപിച്ചുകിടക്കുന്ന പശ്ചിമഘട്ട മലനിരകളിലെ നീലഗിരി ബയോസ്ഫിയറിന്റെ ഭാഗമാണ് ഈ ഭൂപ്രദേശം. അതിരുകളായി വടക്കും കിഴക്കും തമിഴ്നാട്ടിലെ നീലഗിരിയും കോയമ്പത്തൂർ ജില്ലയും. തെക്ക് മണ്ണാർക്കാട് താലൂക്ക്. പടിഞ്ഞാറ് സൈലന്റ് വാലിയും മലപ്പുറം ജില്ലയിലെ പെരിന്തൽമണ്ണ താലൂക്കും. ഭൂമിശാസ്ത്രപരമായി സമുദ്രനിരപ്പിൽനിന്ന് 500-5750 മീറ്റർ ഉയരത്തിൽ, അക്ഷാംശം വടക്ക് $11^0$36'നും $11^0$43' നും ഇടയ്ക്കും, കിഴക്ക് രേഖാംശം $76^0$08 നും $76^0$14' നും ഇടയ്ക്കുമാണ് അട്ടപ്പാടിയുടെ സ്ഥാനം. വിസ്തീർണ്ണം 546.5 ച.കി.മീ. അതേ സമയം അട്ടപ്പാടിയുടെ വടക്കൻ അതിരായ നീലഗിരി മലനിരകൾക്ക് 2300 മീറ്റർ ഉയരമുണ്ട്. തെക്കുപടിഞ്ഞാറൻ അതിർത്തിയായ മുത്തികുളം മലനിരകൾക്ക് 2000 മീറ്റർ ഉയരമുണ്ട്. അട്ടപ്പാടിയിലെ ആദിവാസികൾ ശൈവ സങ്കല്പമായി കരുതുന്ന മല്ലീശ്വരൻമുടിയുടെ ഉയരം വെറും 1664 മീറ്ററാണ്. പക്ഷേ അട്ടപ്പാടിയിൽ എവിടെനിന്ന് നോക്കിയാലും മല്ലീശ്വരൻമുടി കാണാം. വിശ്വാസത്തിന്റെ ഭാഗമായി അങ്ങനെ മല്ലീശ്വരൻമുടി ദർശനം സാധ്യമല്ലാത്ത ഒരിടത്ത് അട്ടപ്പാടിയിലെ ആദിവാസി സമൂഹം അന്തിയുറങ്ങാറില്ലെന്നാണ് കേട്ടിട്ടിട്ടുള്ളത്.

കുത്തനെയുള്ള മലനിരകളും ചെരിവുകളും നിബിഡവനങ്ങളും താഴ്വരകളും പുഴകളും സമതലങ്ങളും കൂടി ചേർന്നതാണ് അട്ടപ്പാടിയുടെ ഭൂപ്രകൃതി. കാവേരിയുടെ പോഷകനദികളായ ഭവാനി, ശിരുവാണി, വരഗാർ എന്നീ നദികൾ ഈ മലമ്പ്രദേശങ്ങളിലൂടെ ഒഴുകുന്നു. ഇവിടെ പല ഭാഗങ്ങളിലും അതിവർഷത്തോടൊപ്പം പകൽ നേരത്ത് ഉയർന്ന താപനിലയും രാത്രി അതിശൈത്യവും അനുഭവപ്പെടാറുണ്ട്.

വനങ്ങളിൽ തേക്ക്, ഈട്ടി, ചന്ദനം തുടങ്ങിയ വൻമരങ്ങൾക്കൊപ്പം മുള, ഈറ്റ എന്നിവയും വളരുന്നു. വെട്ടിത്തെളിച്ച മലഞ്ചെരുവുകളിലെ തോട്ടങ്ങളിൽ ഏലം, കാപ്പി, തേയില, ഓറഞ്ച് എന്നിവ കൃഷി ചെയ്യുന്നു. താഴ്‌വാരങ്ങളിൽ നെല്ല്, തിന, ചാമ, കരിമ്പ് എന്നീ കൃഷിയുണ്ട്. ആനയടക്കമുള്ള വന്യമൃഗങ്ങളും ഇവിടെയുണ്ട്.

ഭവാനി നദിയുടെ തെക്കേ കരയിലാണ് മുക്കാലി, കൊട്ടിയൂർ, കാക്കപ്പാടി, ചെമ്മണ്ണൂർ, അട്ടപ്പാടി, ഊരാട്ടിയൂർ, കൊല്ലങ്കടവ്, കല്ലമല എന്നീ ആദിവാസി ഊരുകൾ. തനതായ സംസ്കാരവും ആചാര്യമര്യാദകളുമുള്ളവരാണ് ഇവിടത്തെ ആദിവാസികൾ. ഈ ഗിരിവർഗ്ഗക്കാർ പൊതുവെ മറ്റുവർഗ്ഗക്കാരുമായി എളുപ്പം കൂടി ചേരാറില്ല.

മഴനിഴൽപ്രദേശം

നീലഗിരിയുടെ മഴനിഴൽ പ്രദേശമാണ് അട്ടപ്പാടി എന്നു പറയാം. നീലഗിരി മലനിരകളുടെ തുടർച്ചയെന്നോണം തെക്കോട്ടു നീണ്ടു കിടക്കുന്ന മലനിരകളും താവളത്തുനിന്ന് ആരംഭിച്ച് കിഴക്കോട്ടു നീണ്ടു കിടക്കുന്ന കാവുണ്ടിക്കൽ മലനിരകളും ചേർന്നാണ് കിഴക്കൻ അട്ടപ്പാടിയെ ഒരു മഴനിഴൽ പ്രദേശമാക്കുന്നത്. കാലവർഷമേഘങ്ങളുടെ കിഴക്കൻ പ്രയാണം ഈ മലനിരകൾ പ്രതിരോധിക്കുന്നു. അതുകൊണ്ട് പടിഞ്ഞാറൻ അട്ടപ്പാടിയിൽ ശരാശരി 3000 മി.മീ. മഴ ലഭിക്കുമ്പോൾ കിഴക്കൻ അട്ടപ്പാടിയിൽ ലഭിക്കുന്ന മഴയുടെ അളവ് 600-1000 മി.മീ. മാത്രമാണ്. 745 ച.കി.മീ. മൊത്തം വിസ്തീർണ്ണമുള്ള അട്ടപ്പാടിയുടെ 250 ച.കി.മീ.യാണ് കിഴക്കൻ അട്ടപ്പാടി. അട്ടപ്പാടിയിലെ മറ്റൊരു കാലാവസ്ഥ മേഖലയാണ് 90 ച.കി.മീ. വിസ്തീർണമുള്ള സൈലന്റ് വാലി പ്രദേശം. ഇവിടെ 6500 മി.മീ. വർഷപാതം ലഭിക്കുന്നു. മാത്രമല്ല മൺസൂൺ മഴയ്ക്കു പുറമെ എല്ലാ കാലത്തും സ്വതസിദ്ധമഴ(Convectional Rain)യും ലഭിക്കാറുണ്ട്.

ജൈവവൈവിദ്ധ്യം

സവിശേഷമാണ് അട്ടപ്പാടിയുടെ ജൈവ വൈവിദ്ധ്യം. മുക്കാലിയിൽനിന്ന് ആനക്കട്ടി വരെയുള്ള 30 കി.മീ. യാത്രാദൂരത്തിൽ തന്നെ ഇത് പ്രകടമാണ്. മുക്കാലിയിൽ 3500 മി.മീ. മഴ ലഭിക്കുമ്പോൾ, താവളത്ത് 3000 മി.മീ. മഴയെ പെയ്യുന്നുള്ളൂ. അഗളിയിലെത്തുമ്പോൾ മഴയുടെ ലഭ്യത 1000 മി.മീ.യായി കുറയുന്നു. കോട്ടത്തറയിൽ മഴ ലഭ്യത വെറും 600 മി.മീ. മാത്രമാണ്. അതുപോലെ

തന്നെ സൈലന്റ് വാലിയിലെ നിത്യഹരിതവനത്തോടൊപ്പം, വരണ്ട ഇലപൊഴിയും കാടുകൾ അടക്കമുള്ള ഏഴോളം വ്യത്യസ്ത വന ഭാഗങ്ങളും നമുക്ക് ആ യാത്രയിൽ കാണാൻ കഴിയും. മാത്രമല്ല ഇവയ്ക്കിടയിൽ തെങ്ങ്, കവുങ്ങ്, കാപ്പി, തേയില, ഇഞ്ചി, മഞ്ഞൾ, കുരുമുളക് തുടങ്ങിയ നാണ്യവിളകളും നെല്ല്, റാഗി, തിന, ചാമ, മുതിര, തുവര, കരിമ്പ്, പരുത്തി, നിലക്കടല, കറിവേപ്പില, ഉള്ളി, പച്ചമുളക്, മുല്ല, ചെണ്ടുമല്ലി, മൾബറി തുടങ്ങിയവയും ഇവിടെ കൃഷി ചെയ്യുന്നു.

സ്ഥലനാമം

അട്ടകൾ (Leach) ധാരാളം ഉള്ള പ്രദേശമായതുകൊണ്ട് ഇവിടം അട്ടപ്പാടി ആയി എന്ന് ചിലർ വിശ്വസിക്കുമ്പോൾ, അട്ടത്ത് (മുകളിൽ) പാടി (വീട്) കെട്ടി താമസിക്കുന്നവരുടെ നാട് അട്ടപ്പാടിയായി എന്ന് വിശ്വസിക്കുന്നവരും ഇവിടെയുണ്ട്. എന്നാൽ കേരളത്തിലെ പഴയ ജൈനമത സ്വാധീന കാലത്തെ ഓർമ്മിപ്പിക്കുന്ന വാക്കാണ് ഇത് എന്ന് വി.വി.കെ. വാലത്ത് അഭിപ്രായപ്പെടുന്നു. അട്ടനേമീ നാഥന്റെ പാടി(ആലയം)യാണ് അട്ടപ്പാടി ആയത്രെ. ജൈനരുടെ പത്തൊമ്പതാമത്തെ തീർത്ഥങ്കരനായിരുന്നു മല്ലീനാഥൻ. അട്ടപ്പാടിയിലെ ആദിവാസികളുടെ പുണ്യസങ്കേതമായ മല്ലീശ്വരൻമുടി, മല്ലീനാഥനെന്ന ജൈനതീർത്ഥങ്കരനെ ഓർമ്മിപ്പിക്കുന്നതുപോലെ, അട്ടപ്പാടിയുടെ പഴയകാല ജൈനബന്ധമാണ് ഈ സ്ഥലനാമത്തിനു കാരണം എന്ന് ഡോ. എം. ലീലാവതിയും അഭിപ്രായപ്പെടുന്നുണ്ട്.

ദേശചരിത്രം

അട്ടപ്പാടിയുടെ സംശയാതീതമായ പൂർവ്വചരിത്രം ലഭ്യമല്ല. അട്ടപ്പാടിയിലെ കോട്ടത്തറയിൽനിന്നും കൂപ്പെട്ടി ഊരിൽനിന്നും ലഭിച്ച നന്നങ്ങാടികൾ വിരൽചൂണ്ടുന്നത് അതിപുരാതന കാലം മുതൽക്കേ ഇവിടെ ജനവാസം ഉണ്ടായിരുന്നു എന്നാണ്. അതുപോലെ ഇവിടത്തെ സ്വർണ്ണഗദ്ദ ഊരിൽനിന്ന് ലഭിച്ച വീരക്കല്ലുകളും പാതിരിക്കല്ലുകളും 14-15 നൂറ്റാണ്ടുകളിലേതാണെന്ന് തിരിച്ചറിഞ്ഞിട്ടുണ്ട്. ഇതെല്ലാം സൂചിപ്പിക്കുന്നത് അട്ടപ്പാടിയിൽ അതിപുരാതനകാലം മുതൽക്കേ മനുഷ്യവാസം ഉണ്ടായിരുന്നു എന്നാണ്. പക്ഷേ അത് ഇന്നത്തെ അട്ടപ്പാടിയിലെ ഗോത്രവർഗ്ഗക്കാരുടെ പൂർവികരായിരുന്നു എന്നാണെന്നു സംശയരഹിതമായി പറയാൻ കഴിയുന്ന പഠനങ്ങൾ ഒന്നും ലഭ്യമല്ല.

മണ്ണാർക്കാട് മൂപ്പിൽ നായരുടെ ജന്മം

ലഭ്യമായ ചരിത്രരേഖകൾ അനുസരിച്ച് അട്ടപ്പാടി ഭൂപ്രദേശത്തിന്റെ സിംഹഭാഗവും മണ്ണാർക്കാട് മൂപ്പിൽ നായരുടെ (കുന്നത്ത് നാട് മാടമ്പിൽ സ്വരൂപം) അധികാരപരിധിയിലായിരുന്നു. ഇവർക്ക് അട്ടപ്പാടിയിൽ 180000 ഏക്ര ഭൂമി ഉണ്ടായിരുന്നു എന്നാണ് പറയപ്പെടുന്നത്. അവശേഷിക്കുന്ന ഭൂമി വള്ളുവക്കോനാതിരിയുടെയും ഏറാൾപ്പാടിന്റെയും കൈവശമായിരുന്നു. ഇവ എങ്ങനെ ഈ സ്വരൂപികളുടെ കൈവശമെത്തി എന്നതിന്നു വ്യക്തമായ രേഖകളില്ല. ഇരുപതാം നൂറ്റാണ്ടിന്റെ ആദ്യ പകുതിയിൽ ഈ ജന്മിമാരുടെ കുടിയാന്മാരായിരുന്നു അട്ടപ്പാടിയിലെ ആദിവാസികൾ. അവർ കാട് വെട്ടിത്തെളിച്ച് കൃഷി ചെയ്യുന്ന ഭൂമിയുടെ വിസ്തൃതിക്ക് അനുപാതമായി ജന്മിമാർക്ക് നികുതിപ്പണം (ഉറുക്കുപണം) നൽകിപ്പോന്നു. ഇരുപതാം നൂറ്റാണ്ടിന്റെ ആരംഭത്തിൽ ഈ പാട്ടത്തുക ഒരേക്രയ്ക്ക് 50 പൈസ മുതൽ 1.25 രൂപയായിരുന്നു എന്നാണ് അറിയാൻ കഴിഞ്ഞത്. വനവിഭവങ്ങളുടെ രൂപത്തിലാണ് ആദിവാസികൾ ഈ പാട്ടത്തുക ജന്മിമാർക്ക് കൈമാറിയിരുന്നത്.

അട്ടപ്പാടിയിലെ ആദിവാസി സമൂഹം

കുറുമ്പർ, ഇരുളർ, മുഡുകർ എന്നിവരാണ് അട്ടപ്പാടിയിലെ വിവിധ ഊരുകളിൽ (Hamlet) താമസിക്കുന്ന ആദിവാസികൾ. ഇവരിലെ കുറുമ്പർ, അവർ പല്ലവരുടെ പിൻഗാമികളെന്ന് അവകാശപ്പെടുന്നു. അട്ടപ്പാടിക്കു വെളിയിൽ വയനാട്, കുടക്, മൈസൂർ, നീലഗിരി എന്നിവിടങ്ങളിലും കുറുമ്പരുടെ സാന്നിദ്ധ്യമുണ്ട്. അട്ടപ്പാടിയിലെ ഏറ്റവും പ്രാകൃത ജനവിഭാഗം കുറുമ്പരാണ്. വനവിഭവ ശേഖരണവും കൃഷിയുമാണ് കുറുമ്പരുടെ പ്രധാന തൊഴിൽ. അട്ടപ്പാടിയിലെ കടുകമണ്ണയാണ്

അട്ടപ്പാടിയിലെ ഗോത്രവർഗ്ഗക്കാർ

കുറുമ്പരുടെ ഏറ്റവും പഴക്കംചെന്ന സെറ്റിൽമെന്റ്. ഇവർ ജാംബവാന്റെ കാലത്തെ പഴമ അവകാശപ്പെടുന്നു.

അട്ടപ്പാടിയിലെ ഇരുളർ കർണാടകത്തിൽ ഇരുളിഗർ എന്ന പേരിലാണ് അറിയപ്പെടുന്നത്. പാലക്കാട് ജില്ലയിലെ ചിറ്റൂർ, നെല്ലിയാമ്പതി, പോത്തുപാറ, പലകപ്പാണ്ടി എന്നിവിടങ്ങളിലും ഇരുളരുടെ സാന്നിദ്ധ്യമുണ്ട്. ജാതിവ്യവസ്ഥയിൽ തങ്ങൾക്കാണ് കൂടുതൽ ശ്രേഷ്ഠതയെന്ന് ഇവർ അവകാശപ്പെടുന്നു.

മുഡുകർ പ്രധാനമായും കാണപ്പെടുന്നത് അഗളിയിലും പുത്തൂരിലുമാണ്. മുഡുകർ മറ്റുള്ളവരേക്കാളും പരിഷ്ക്കാരികളാണ്. 2002ൽ അഹാഡ്സ് നടത്തിയ പഠനത്തിൽ കണ്ടത് അട്ടപ്പാടിയിൽ 187 ആദിവാസി ഊരുകൾ ഉണ്ടെന്നാണ്. അതിൽ 144 എണ്ണം (84%) ഇരുളരുടേതാണ്. മുഡുകർ 24 ഊരുകളിലും (10%), കുറുമ്പർ 19 ഊരുകളിലും (6%).

മല്ലീശ്വരൻമുടി

അട്ടപ്പാടിയിലെ ആദിവാസി സമൂഹത്തിന്റെ ഏറ്റവും പ്രധാന ആരാധനാകേന്ദ്രമാണ് മല്ലീശ്വരൻമുടി. 1500 മീറ്റർ ഉയരമുള്ള മലയാണിത്. അട്ടപ്പാടിയിൽനിന്ന് 40 കി.മീ. അകലെയുള്ള മണ്ണാർക്കാട് നിന്ന് നോക്കിയാൽ പോലും മല്ലീശ്വൻമുടി കാണാം. എല്ലാ വർഷവും ശിവരാത്രിനാൾ ആദിവാസികൾ ഈ പർവ്വത ദേവന് പൂജ നടത്താറുണ്ട്. അന്നേ ദിവസം തന്നെയാണ് ഈ മലയടിവാരത്തിൽ ഭവാനി നദിക്കരയിലെ മല്ലീശ്വരൻ ക്ഷേത്രത്തിൽ ശിവരാത്രി ആഘോഷം കൊണ്ടാടുന്നത്. ശിവരാത്രിക്ക് മല്ലീശ്വരൻമലകയറി പൂജ നടത്താനുള്ള അവകാശം മുഡുകർ എന്ന ആദിവാസി വിഭാഗക്കാർക്കാണ്. മുഡുകർ വിശ്വസിക്കുന്നത് അവരാണ് ഈ പ്രദേശത്തെ അതിപുരാതന ആദിവാസിവർഗ്ഗക്കാർ എന്നാണ്. അതുകൊണ്ടാണത്രെ ശിവരാത്രി ദിവസം മല്ലീശ്വരൻമല കയറി ശിവപൂജ നടത്താൻ ഇവർ യോഗ്യരായത്.

ഐതിഹ്യം

ഒരിക്കൽ ആദിവാസികൾക്കൊപ്പം അട്ടപ്പാടിയിലെത്തിയ ശിവൻ വനയാത്രയ്ക്കിടയിലാണ് പാർവ്വതിയെ കണ്ടുമുട്ടുന്നത്. പാർവ്വതിയുടെ സൗന്ദര്യത്തിൽ ഭ്രമിച്ച ശിവൻ അവരെ വിവാഹം കഴിച്ചു. ആദിവാസികൾ ഈ ദേവദമ്പതിമാർക്ക് പാർക്കാൻ പണി കഴിച്ച മന്ദിരമാണത്രെ മല്ലീശ്വരൻമുടി. മലയടിവാരത്തുനിന്ന് എളുപ്പം മലമുകളിലെത്താൻ ഒരു ഗുഹാ മാർഗവും അവർ നിർമ്മിച്ചു നൽകി.

സൈലന്റ്‌വാലിയിലെ ഭവാനിപ്പുഴ

കാലാന്തരത്തിൽ ആ ഗുഹാമാർഗം അടഞ്ഞുപോയത്രെ. മല്ലീശ്വരൻ മുടിയിലെ ശിവരാത്രി ആഘോഷത്തിനുള്ള നാളികേരം, വിളക്കുതിരി, പഴം, നെയ്യ് തുടങ്ങിയവ മുൻപ് നൽകിയിരുന്നത് മണ്ണാർക്കാട് മൂപ്പിൽ നായരായിരുന്നു. ശിവരാത്രിനാൾ മുഡുകർ മല്ലീശ്വരൻമുടിയിൽ തീപ്പന്തം ജ്വലിപ്പിച്ച് പൂജ നടത്തുമ്പോൾ താഴെ ഭവാനി നദിക്കരയിലെ മല്ലീശ്വരൻ ക്ഷേത്രത്തിൽ ആഘോഷമായി ശിവ പാർവ്വതിമാരുടെ വിഗ്രഹങ്ങൾ എഴുന്നള്ളിക്കാറുണ്ട്.

സൈലന്റ്‌വാലി

പാലക്കാട് ജില്ലയിലെ കുടിയേറ്റ കർഷക പട്ടണമായ മണ്ണാർക്കാട്ടുനിന്നും 45 കി.മീ. വടക്ക് അട്ടപ്പാടിയിലേക്കുള്ള വഴിയരികിലാണ് മുക്കാലി. ദേശീയോദ്യാനം കൂടിയായ സൈലന്റ്‌വാലി എന്ന നിത്യഹരിത വനത്തിലേക്കുള്ള പ്രവേശന കവാടം. 70 ലക്ഷത്തിലധികം വർഷത്തെ പഴക്കം അവകാശപ്പെടുന്ന സൈലന്റ്‌വാലി വനമേഖല ഇന്ത്യയിൽ അവശേഷിക്കുന്ന ഈ സ്വഭാവമുള്ള ഒരേയൊരു വനസ്ഥലിയാണ്.

അട്ടപ്പാടി-നിലമ്പൂർ റിസർവ് വനങ്ങളുടെ ഏകദേശം നടുവിലായിട്ടാണ് 8952 ഹെക്ടർ (89.9 ച.കി.മീ.) വിസ്തൃതമായ സൈരന്ധ്രീ വനം എന്ന് പരക്കെ അറിയപ്പെടുന്ന സൈലന്റ്‌വാലി നാഷണൽ പാർക്കിന്റെ സ്ഥാനം. ഇതിലെ 20% പുൽമേടും 80% വൻ വൃക്ഷങ്ങൾ നിറഞ്ഞ നിബിഡവനവുമാണ്. വടക്കു പടിഞ്ഞാറൻ അതിർത്തി, തമിഴ്നാട്ടിലെ മൂക്കുർത്തി താർ സാങ്ചറിയും കേരളത്തിലെ നിലമ്പൂർ കാടുകളുമാണ്. കിഴക്കുപടിഞ്ഞാറ് മണ്ണാർക്കാട് ഫോറസ്റ്റ് ഡിവിഷൻ. വർഷത്തിൽ ഏതാണ്ട് എല്ലാ ദിവസവും മഴ പെയ്യുന്ന ഇവിടെ വർഷംതോറും രേഖപ്പെടുത്തിക്കാണുന്ന ഏറ്റവും കുറഞ്ഞ മഴ അളവ് 4,600 മില്ലിലിറ്ററാണ്. മഴയുടെ ഈ ധാരാളിത്തമാണ്. സൈലന്റ്‌വാലിക്കാടുകളുടെ നിലനിൽപ്പിന്റെ ജൈവ രഹസ്യം. യുനെസ്കോ ലോകപാരമ്പര്യപ്രദേശമായി അടയാളപ്പെടുത്തിയ സൈലന്റ്‌വാലിയുടെ 5520 ച.കി.മീയും സംരക്ഷിതമേഖലയാണ്.

മഹാഭാരത കഥാപാത്രമായ സൈരന്ധ്രിയുടെ (പാഞ്ചാലി) പേർ ഈ വനത്തിനും പാണ്ഡവമാതാവായ കുന്തിയുടെ പേർ ഈ വനത്തിലൂടെ ഒഴുകുന്ന പുഴയ്ക്കും എങ്ങനെ ലഭിച്ചുവെന്നറിയില്ല. മനുഷ്യവാസമില്ലാത്തതിനാൽ ഇവിടെ ചീവീടുകൾ ഇല്ലെന്നും അങ്ങനെ ഉണ്ടായ കാടിന്റെ നിശ്ശബ്ദതയെ അടിസ്ഥാനമാക്കി ഇംഗ്ലീഷുകാർ ഈ സൈരന്ധ്രിവനത്തിന് സൈലന്റ്‌വാലി എന്ന്

പാത്രക്കടവിലെ കുന്തിപ്പുഴ

പേരിട്ടതായി ചിലർ അഭിപ്രായപ്പെടുന്നുണ്ട്. സൈലന്റ് വാലിയിലെ സവിശേഷ ഹരിത ജൈവാവസ്ഥയെ ആദ്യമായി പുറംലോകത്തെ അറിയിച്ചത് ബ്രിട്ടീഷ് സസ്യശാസ്ത്രജ്ഞനായ റോബർട്ട് വൈറ്റ് (Robert Wight 1796 -1872) ആണ്. ഇദ്ദേഹമാണത്രെ ഈ സൈരന്ധ്രി വനത്തിന് സൈലന്റ് വാലി എന്ന് പേരിട്ടത്.

ജീവപരിണാമ ചരിത്രത്തിലെ ഏറ്റവും പഴക്കമേറിയ സസ്യ സമൂഹമാണ് ഇത്തരം നിത്യഹരിതവനങ്ങളിൽ കാണാറുള്ളത്. ഇല പൊഴിയും കാടുകളിൽനിന്നും സൂചിയില കാടുകളിൽനിന്നും വ്യത്യസ്തമാണ് നിത്യഹരിത വനങ്ങൾ. ഒരു ഹെക്ടർ നിത്യഹരിത വനത്തിൽ പതിമൂവ്വായിരത്തിലധികം വിവിധ ഗണത്തിൽപ്പെട്ട സസ്യങ്ങൾ ഉണ്ടാകുമെന്നാണ് പറയപ്പെടുന്നത്. കേരളത്തിൽ ഇന്ന് അവശേഷിക്കുന്ന ഏക നിത്യഹരിത വനമാണ് സൈലന്റ് വാലി. സൈലന്റ് വാലിയിലെ 1952 ഹെക്ടർ വനത്തിൽ രണ്ടായിരത്തില ധികം സസ്യ ഇനങ്ങൾ ഇതിനകം കണ്ടെത്തിയിട്ടുണ്ട്. ഇവയ്ക്കു പുറമെയാണ് 325 ഇനം കൂണുകളും ഇപ്സിയ മലബാറിക്ക അടക്ക മുള്ള 107 ഇനം ഓർക്കിഡുകളും 200 ഇനം ആൽഗകളും. അപൂർവ്വ മായ സിംഹവാലൻ കുരങ്ങ് അടക്കം ഒട്ടനവധി വന്യമൃഗങ്ങളും ഉരഗങ്ങളും പക്ഷികളും ചിത്രശലഭങ്ങളും സൈലന്റ് വാലിയിലുണ്ട്. ■

മണ്ണാർക്കാട്

ഇല്ല... ഇനിയും ഏറെ നാളുണ്ടാവില്ല. കല്ലും മണ്ണും മരവും വേറെ വേറെ തന്നെ കച്ചവടം കഴിഞ്ഞു. എന്നാണ് പൊളിക്കുന്നതെന്ന് തീരുമാനിച്ചാൽ മതി. കേരളത്തിൽ അവശേഷിക്കുന്ന അപൂർവം പതിനാറു കെട്ടുകളിലൊന്നായ മണ്ണാർക്കാട്ട് മൂപ്പിൽ നായരുടെ തറവാട് ഇടിച്ചു നിരത്താൻ ജെ.സി.ബി.കൾ ഒരുങ്ങിയിരിപ്പാണ്; ആർ.ഡി.ഒയുടെ അനുമതി കാത്ത്. അഥർവ്വം, തനിയാവർത്തനം, ഗസൽ തുടങ്ങിയ സിനിമകളിൽ നിറഞ്ഞുനിന്ന ഈ മഹാസൗധ ത്തിന്റെ ഇടനാഴികളും അകത്തളവും കുളമാളികയും മലയാള സിനിമാപ്രേക്ഷകർക്ക് സ്വന്തം വീടുപോലെ സുപരിചിതം.

അഞ്ഞൂറിലേറെ വർഷം മുൻപ്, പേരറിയാത്ത ഏതോ ഒരു മൂപ്പിൽ നായരുടെ കാലത്താണ് ഈ പതിനാറു കെട്ടിലെ പ്രധാന

മണ്ണാർക്കാട് മൂപ്പിൽ നായർ തറവാട്

കെട്ടിടത്തിന്റെ പണിയാരംഭിച്ചത്. തുടർന്ന് 1885ൽ രണ്ടാം ഘട്ടവും 1905ൽ മൂന്നാം ഘട്ടവും പണി നടന്നു. മൂന്നാം ഘട്ടത്തിൽ പണിത ചില ഭാഗങ്ങളിൽ യൂറോപ്യൻ നിർമ്മാണ സാങ്കേതികതവിദ്യയുടെ സ്വാധീനം കാണാം. അതേസമയം പ്രധാന നാലുകെട്ടിലെ മരപ്പണി യെല്ലാം ഉളിച്ചെത്താണ്. ഒരുപക്ഷേ കേരളത്തിലെ ആശാരിമാർ ചിന്തേരിടുന്ന വിദ്യ മനസ്സിലാക്കും മുമ്പാവണം ആ ഭാഗമെല്ലാം പൂർത്തീകരിച്ചത്.

അട്ടപ്പാടി മലനിരകളും കുന്തിപ്പുഴയുടെ ഇരുകരകളും ഒരു കാലത്ത് മണ്ണാർക്കാട് മൂപ്പിൽ നായരുടേതായിരുന്നു. അട്ടപ്പാടിയിലെ വൻമരങ്ങൾ കുന്തിപ്പുഴയിലൂടെ 'അരക്കുറിശ്ശി' കടവിൽ എത്തിച്ചാ യിരുന്നു തറവാടിന്റെ പണി. എണ്ണായിരം കണ്ടി മരം ഈ തറവാട് പണിയാൻ ഉപയോഗിച്ചു എന്നാണ് ഒരു കണക്ക്. ഒരുപക്ഷേ ഇത്ര യേറെ മരപ്പണികളുള്ള തറവാട് കേരളത്തിൽ വേറെ കാണാനിട യില്ല.

കാലത്തിന്റെ ചരിത്രവഴികൾ മണ്ണാർക്കാട് മൂപ്പിൽ നായർക്കു മുന്നിൽ അടഞ്ഞുകിടപ്പാണ്. എഴുതപ്പെട്ട ചരിത്രരേഖകളോ ശുഷ്കവും! പഴയ സെറ്റിൽമെന്റ് രേഖകളും ഏതാനും ആധാര പ്പകർപ്പുകളുമാണ് ഈ സ്ഥാനി നാടുവാഴി കുടുംബത്തിന്റെ ഗത കാല ചരിത്രസൂചിക. പിന്നെ കുറെ വാമൊഴി വഴക്കങ്ങളും ഐതി ഹ്യപ്പെരുക്കങ്ങളും.

അരക്കുറിശ്ശി ഭഗവതിക്ഷേത്രം

പെരുമാക്കന്മാരുടെ കാലത്തുനിന്നാരംഭിക്കുന്നു മണ്ണാർക്കാട് മൂപ്പിൽ നായരുടെ കുടുംബചരിത്രം. ക്രമസമാധാനവും നീതി ന്യായവും മുന്നിൽകണ്ട്, നമ്പൂതിരിമാരെ ഭരണച്ചുമതലയിൽനിന്ന് ഒഴിവാക്കിയപ്പോൾ ആ സ്ഥാനത്തേക്ക് അവരോധിക്കപ്പെട്ടവരാണ് ഈ സ്ഥാനി നാടുവാഴി കുടുംബം എന്നാണ് കേട്ടിട്ടുള്ളത്. ഇവർ കാവുങ്കൽ നമ്പൂതിരിമാരുടെ പിൻതുടർച്ച അവകാശപ്പെടുന്നു. 'കുന്ന ത്താട്ട് മാടമ്പിൽ മൂപ്പിൽ നായർ' എന്നാണ് മണ്ണാർക്കാട്ട് മൂപ്പിൽ നായരുടെ മുഴുവൻ പേര്.

വള്ളുവക്കോനാതിരിയുടെ നിർദ്ദേശപ്രകാരമാണ് ഈ കുടുംബം മലപ്പുറം ജില്ലയിലെ തിരൂർക്കാടിനടുത്ത വലമ്പൂരിൽനിന്ന് മണ്ണാർ ക്കാട് അരക്കുറിശ്ശി ദേശത്ത് എത്തുന്നത്. അന്നേരം അവർ കുടുംബ പരദേവതയായ അങ്ങാടിപ്പുറം തിരുമാന്ധാംകുന്ന് ഭഗവതിയെ കൂടെ കൊണ്ടുപോന്നു. കുന്തിപ്പുഴയോരത്ത് അവർ ഭഗവതിയെ പ്രതി ഷ്ഠിച്ചു. ഉദയസൂര്യനഭിമുഖമായി നിലകൊണ്ടിരുന്ന 'ഉദയർക്കുന്ന്' ഒരു കോട്ടപോലെ കുന്നത്താട്ട് സ്വരൂപത്തിനും ഭഗവതിക്കും രക്ഷക നായി. കാലാന്തരത്തിൽ കുന്നത്താട്ട് സ്വരൂപത്തിന്റെ പരദേവത 'അരക്കുർശ്ശി ഉദയർക്കുന്ന് ഭഗവതി'യെന്ന് അറിയപ്പെട്ടു. ഭഗവതി തിരുമാന്ധാം കുന്നിലമ്മയുടെ സഹോദരിയാണന്നൊരു വിശ്വാസ വുമുണ്ട്. മണ്ണാർക്കാട്ട് മൂപ്പിൽനായരാണ് അരക്കുറിശ്ശി ഭഗവതി ക്ഷേത്രത്തിലെ ഒന്നാം ഊരാളൻ. കുംഭത്തിലെ മകം നാളിൽ ഭഗ വതിയുടെ കുന്തിപ്പുഴയിലെ വലിയ ആറാട്ട് മണ്ണാർക്കാട് പൂരമായി ആഘോഷിക്കുന്നു.

മണ്ണാർക്കാട് പൂരം അട്ടപ്പാടിയിലെ ആദിവാസികളുടെ മഹോ ത്സവവും കൂടിയാണ്. പണ്ട് ആദിവാസികളുടെ ആരാധനാ കേന്ദ്ര മായിരുന്ന അരക്കുറിശ്ശി ക്ഷേത്രം, ചോളനാട്ടിൽനിന്നുള്ള വൈശ്യ ചെട്ടിമാരിൽ നിന്നാണത്രെ മൂപ്പിൽ നായരുടെ കൈവശമെത്തുന്നത്. അട്ടപ്പാടിയിലെ എല്ലാ ഊരുകളിൽനിന്നും മൂപ്പന്മാരുടെ നേതൃത്വ ത്തിൽ പൂരവാണിഭത്തിനെത്തുന്ന ആദിവാസികൾ, മൂപ്പിൽ നായരെ മുഖം കാണിച്ച് തൊഴുത് മടങ്ങും. അന്ന് ഈ ആദിവാസികൾ ക്കെല്ലാം കുന്തിപ്പുഴയോരത്തെ ആറാട്ടുകടവിൽ കഞ്ഞിപ്പാർച്ചയുണ്ട്. കഞ്ഞിപ്പാർച്ചയ്ക്ക് ഇപ്പോൾ ഒരു പ്രസാദ ഊട്ടിന്റെ സ്വഭാവം കൈ വന്നിരിക്കുന്നു. പൂരത്തിനെത്തുന്ന പതിനായിരങ്ങൾ കഞ്ഞിയും പുഴുക്കും കഴിച്ച് സന്തോഷത്തോടെ അട്ടപ്പാടിക്കു മടങ്ങുന്നത് മണ്ണാർക്കാട് പൂരത്തിന്റെ സമാനതകളില്ലാത്ത സവിശേഷതയാണ്.

മണ്ണാർക്കാട് മൂപ്പിൽ നായർ കുടുംബത്തിൽ രണ്ടുകൂർ വാഴ്ച യാണ്. 'ചാത്തുണ്ണാമൻ' എന്നുകൂടി സ്ഥാനപ്പേരുള്ള മൂപ്പിൽ നായരും

'യെക്കുണ്ണാമൻ' എന്ന് സ്ഥാനപ്പേരുള്ള ഇളയനായരും. ദായക്രമം മരുമക്കത്തായം. കുടുംബത്തിലെ സ്ത്രീകൾ 'നേത്യാർ' എന്ന് അറിയപ്പെടുമ്പോൾ പുരുഷന്മാരുടെ പേരിനു പുറകിൽ 'ഉണ്ണി' എന്ന പ്രത്യയപദം ചേർത്ത് വിളിക്കപ്പെടും. തറവാട്ടിലെ പ്രായം ചെന്ന സ്ത്രീ 'അമ്മ നേത്യാർ'. അവർക്കാണ് തറവാട്ടുഭരണത്തിന്റെ ചുമതല.

കേരളത്തിലെ മറ്റു നാടുവാഴി കുടുംബങ്ങളിലുള്ളതുപോലെ മണ്ണാർക്കാട് മൂപ്പിൽ നായർ കുടുംബത്തിൽ 'അരിയിട്ടുവാഴ്ച' പതിവില്ല. പ്രത്യേകം അധികാരചിഹ്നങ്ങളോ മാലിഖാനയോ ഇല്ല. വെറും 'സ്ഥാനം' മാത്രം. പിന്നെ 'ഒപ്പവകാശവും'. സ്ഥാനത്ത് എത്തുന്നതോടെ മൂപ്പിൽ നായർക്കും ഇളയ നായർക്കും പ്രത്യേകം 'സ്ഥാന സ്വത്ത്' ഉണ്ടായിരിക്കും. അതോടെ സ്വാഭാവികമായും അവർക്ക് തറവാട്ടു സ്വത്തിൽ അവകാശം ഇല്ലാതാകും. കുടുംബത്തിന്റെ ഭരണവും അവകാശവും അമ്മ നേത്യാർക്കാണെന്ന് നേരത്തെ സൂചിപ്പിച്ചല്ലോ.

സ്വാതന്ത്ര്യലബ്ധിക്കു മുമ്പ്, 1936–54 കാലത്ത് കൊച്ചുണ്ണി മൂപ്പിൽ നായർ, താത്തുണ്ണി മൂപ്പിൽ നായർ എന്നിവരുടെ കാലത്ത് ഈ തറവാട് പ്രതാപം കൊണ്ട് കത്തി നിന്നു. ഒരു ലക്ഷത്തി എൺപതിനായിരം ഏക്കർ വനഭൂമിയുടെ അധിപർ. പന്തീരായിരം പറ നെല്ല് പാട്ടം. ആറ് പത്തായപ്പുരകൾ. ആറ് ക്ഷേത്രങ്ങൾ. നാല് ആനകൾ. അനേകം കാര്യസ്ഥന്മാർ. അങ്ങനെയങ്ങനെ എണ്ണിയാലൊടുങ്ങാത്ത, പറഞ്ഞാൽ തീരാത്ത സ്വത്തിന് ഉടമയായിരുന്നു മണ്ണാർക്കാട് മൂപ്പിൽ നായർ. 1956ൽ താത്തുണ്ണി മൂപ്പിൽ നായരുടെ കാലത്ത്, ഭാഗത്തെ തുടർന്നുള്ള പ്രശ്നങ്ങൾ കാരണം തറവാട് ക്ഷയിക്കാൻ തുടങ്ങി. ഭൂപരിഷ്കരണ നിയമം വന്നതോടെ കൃഷിഭൂമിയെല്ലാം നഷ്ടപ്പെട്ടു. 1972ലെ നിക്ഷിപ്ത വനഭൂമി നിയമം കൂടി പ്രാബല്യത്തിൽ വന്നതോടെ തറവാടിന്റെ പതനം പൂർത്തിയായി.

തറവാട്ടിൽ സന്തതികളില്ലാതെ ഒന്നിലധികം തവണ 'ദത്ത്' ഉണ്ടായിട്ടുണ്ട്. 1873ൽ വേർക്കാട്ട് പണിക്കരുടെ കുടുംബത്തിൽ നിന്നായിരുന്നു രണ്ടാമത്തെ ദത്ത്. അതിലെ സന്തതിപരമ്പരയാണ് ഇന്നത്തെ കുന്നത്താട്ട് കുടുംബം.

1944ൽ ആയിരുന്നു തറവാട്ടിലെ ആദ്യത്തെ ഭാഗം. തുടർന്ന് മഠത്തിൽ താവഴിയിലെ ഉണ്ണി ഓമന എന്ന കുട്ടി നേത്യാർ അമ്മനേത്യാരായി. 1963ലെ രണ്ടാം ഭാഗത്തെ തുടർന്ന് ഒന്നാം താവഴിയായ ചെറുണ്ണി അമ്മ നേത്യാരുടെ മകൾ അമ്മുണ്ണിഅമ്മ നേത്യാരും മക്കളും തറവാടിന്റെ അവകാശികളായി. അമ്മുണ്ണി നേത്യാരുടെ മകനാണ് 2011ൽ മൂപ്പിൽ നായരായ കെ.എം. കൃഷ്ണനുണ്ണി.

കൃഷ്ണനുണ്ണിയുടെ മരണത്തെ തുടർന്ന്, സാവിത്രി നേത്യാരുടെ മകൻ കെ.എം. ബാലചന്ദ്രനുണ്ണി മണ്ണാർക്കാട് മൂപ്പിൽ നായർ സ്ഥാനത്ത് എത്തി. 9-11-2011ന് ആണ് കെ.എം. ബാലചന്ദ്രനുണ്ണി മണ്ണാർക്കാട് മൂപ്പിൽ നായരായത്. 17-6-2017ന് അധികാരസ്ഥാനത്തെത്തിയ കെ.എം. പത്മിനിയാണ് ഇപ്പോഴത്തെ അമ്മനേത്യാർ. മണ്ണാർക്കാട് മൂപ്പിൽ നായർ കുടുംബത്തിൽ ഇപ്പോൾ അമ്പതിലേറെ അംഗങ്ങൾ ഉണ്ട്. ഭാഗത്തിനുമുമ്പ് അംഗസംഖ്യ ഒരിക്കലും ഇരുപത്തിനാലിൽ കൂടിയിരുന്നില്ലത്രേ. ഇരുപത്തിയഞ്ചാമത് ഒരംഗം പിറക്കുമ്പോൾ മുകളിൽ ആരെങ്കിലും ഒരാൾ മരണപ്പെടും. അതാണ് പതിവ്.

സ്വാതന്ത്ര്യസമരത്തിലും രാഷ്ട്രീയത്തിലും സംഗീതത്തിലുമെല്ലാം ഒരു കാലത്ത് ഈ കുടുംബം സജീവസാന്നിധ്യമായിരുന്നു. 'ഖിലാഫത്ത് സ്മരണകൾ' എന്ന പുസ്തകത്തിൽ മോഴികുന്നം ബ്രഹ്മദത്തൻ നമ്പൂതിരി, തന്റെ ജയിൽമോചനത്തിന് വലിയ സഹായം ചെയ്ത സഹതടവുകാരൻ കൊച്ചുണ്ണി ഇളയനായരെക്കുറിച്ച് പരാമർശിക്കുന്നുണ്ട്. താമ്രപത്രം ലഭിച്ച കെ.എം. കൊച്ചുണ്ണി നായരുടെ അനുജൻ ഗോപാലനുണ്ണി നായർ പഴയ മദ്രാസ് നിയമസഭയിലെ എം.എൽ.സി. ആയിരുന്നു. ഗർഭശ്രീമാനായി പിറന്ന രാമനുണ്ണി മൂപ്പിൽ നായർ വീണവായനയിൽ പ്രഗത്ഭനായിരുന്നു. ബാംഗ്ലൂരിൽ താമസിച്ചിരുന്ന സഖാവ് എം.സി. കൃഷ്ണനുണ്ണി നായരും മകനുമായിരുന്നു കുന്നത്താട്ട് കുടുംബത്തിലെ ഇടതുപക്ഷക്കാർ.

മൂപ്പിൽനായർ കുന്തിപ്പുഴയിലെ ആറാട്ട് കടവിൽ

കെ.എം.കൃഷ്ണനനുണ്ണി മൂപ്പിൽ നായരുടെ സഹോദര പുത്രി കുഞ്ഞിമാളു നേത്യാരും ഭർത്താവ് ശ്രീകുമാരനുണ്ണിയുമായിരുന്നു തറവാട്ടിൽ താമസിച്ച അവസാനത്തെ കുടുംബക്കാർ. 2006ൽ അവർ മറ്റൊരിടത്തേക്കു താമസം മാറ്റി. അധികം വൈകാതെ തറവാട് കച്ചവടമായി. കാവൽക്കാരായി കഴിയുന്ന നേപ്പാളി ഗൂർഖ കുടുംബമാണ് ഇപ്പോൾ മണ്ണാർക്കാട്ട് മൂപ്പിൽ നായർ കുടുംബത്തിലെ താമസക്കാർ. ഒരു ദേശത്തിന്റെ ചരിത്രവും ഹൃദയമിടിപ്പും നെഞ്ചിലേറ്റിയ ആ മഹാസൗധം കാണാനെത്തുന്ന ചരിത്രാന്വേഷികളെ അവർ തിളങ്ങുന്ന കഠാരം കാട്ടി വിരട്ടിയോടിക്കും. ഗുർഖയുടെ കണ്ണിൽപ്പെടാതെ ഞാൻ ഒരു ഫോട്ടോയെടുത്തു. അപ്പോഴേക്കും സൂര്യൻ കുന്തിപ്പുഴയിൽ നിഴൽ വിരിച്ചു നിൽക്കുന്ന അട്ടപ്പാടി മലനിരകൾക്കിടയിലെവിടെയോ മറഞ്ഞു കഴിഞ്ഞിരുന്നു. അനാഥമായി ഇരുൾ മൂടിക്കിടക്കുന്ന മൂപ്പിൽനായരുടെ തറവാട്ടുകെട്ടിൽ നിന്നും മിഴികൾ പിൻവലിച്ച് ഞാൻ ഉദയർകുന്നിന്റെ പടവുകൾ മെല്ലെ നടന്നു കയറി. ■

കടമ്പഴിപ്പുറം

പാലക്കാട് ജില്ലയിലെ സവിശേഷ ജനപഥമാണ് കടമ്പഴിപ്പുറം ദേശം. 37.24 ച.കി.മീ വിസ്തൃതിയുള്ള കടമ്പഴിപ്പുറം പഞ്ചായത്തിൽ ഉമ്മനഴി, വേട്ടേക്കര, ആലങ്ങാട്, കടമ്പഴിപ്പുറം വില്ലേജുകൾ ഉൾപ്പെടുന്നു. 'ടിപ്പുസുൽത്താൻ റോഡ്' എന്ന് പണ്ട് അറിയപ്പെട്ടിരുന്ന ഇന്നത്തെ ചെർപ്പുളശ്ശേരി - പാലക്കാട് റോഡിനിരുവശത്തായിട്ടാണ് ഈ പ്രദേശങ്ങൾ. കടമ്പഴിപ്പുറത്തിന്റെ തെക്കുഭാഗത്തെ കോഴിശ്ശേരിമല, പാട്ടിമല, പാണമല, മരുങ്ങോടൻ മല, കൊളക്കാട് എന്നീ കുന്നുകൾ, 'കൂനൻമല'യും 'അനങ്ങൻമല'യുമായി പടിഞ്ഞാട്ട് നീണ്ടുകിടക്കുമ്പോൾ, കോഴിശ്ശേരി മലയിൽനിന്ന് കിഴക്കോട്ടു നീളുന്ന കുന്നുകൾ മൂച്ചിരി, അയ്യർമലകളിൽ അവസാനിക്കുന്നു. ആ രണ്ടു മലകൾക്കും തെക്കുഭാഗത്താണ് കല്ലടിക്കോടൻ മലനിരകളിൽനിന്ന് ഉത്ഭവിക്കുന്ന ഭാരതപ്പുഴയുടെ അനേകം ശാഖകൾ ഒന്നിച്ച് 'തൂതപ്പുഴ'യായി പടിഞ്ഞാട്ട് ഒഴുകുന്നത്. എന്നാൽ കോങ്ങാട്, കടമ്പഴിപ്പുറം, തിരുവാഴിയോട് മാങ്ങോട് പ്രദേശങ്ങളിൽ പുഴയുടെ നീരൊഴുക്ക് തെക്കുനിന്നും വടക്കോട്ടാണ്.

കടമ്പഴിപ്പുറത്തെ ഹിന്ദുക്കളിൽ മഹാഭൂരിപക്ഷവും തരകൻ, ഗുപ്തൻ, മൂത്താൻ വിഭാഗങ്ങളിൽപ്പെട്ട 'വൈശ്യർ' (വണിക്ക്) ആണ്. ഇവർ 14-ാം നൂറ്റാണ്ടിൽ കാവേരി തീരത്തെ ആദിത്യപുരത്തുനിന്നും ഇവിടെ കുടിയേറിപ്പാർത്തവരാണ്.

വായില്യാംകുന്നിലപ്പൻ

പറയിപെറ്റ പന്തിരുകുലത്തിലെ പിൻഗാമികളില്ലാത്ത ഏകസന്താനമാണ് വായില്യാംകുന്നിലപ്പൻ. വായില്യാംകുന്നിലപ്പന്റെ തട്ടകം എന്നതാണ് കടമ്പഴിപ്പുറത്തിന്റെ പ്രശസ്തി. വാ കീറിയതിനെല്ലാം ഈശ്വരൻ ഇര കല്പിച്ചിട്ടുണ്ടെന്ന പ്രകൃതിനിയമത്തിന്റെ പേരിൽ പ്രസവിച്ച പതിനൊന്ന് മക്കളേയും ഉപേക്ഷിക്കേണ്ടി വന്നപ്പോൾ, ഒരു കുട്ടിയെങ്കിലും തന്നോടൊപ്പം വളരട്ടെയെന്നാഗ്രഹിച്ച പറയി

വായില്യാംകുന്നിലപ്പൻ ക്ഷേത്രം

പ്പെണ്ണ്, പന്ത്രണ്ടാമന് വായില്ലെന്ന് വരരുചിയോട് കള്ളം പറഞ്ഞു. എന്നാൽ ആ കുഞ്ഞിനെയെടുത്ത് കൂടെ നടന്നോളൂ എന്ന് വരരുചി കല്പിച്ചു. പക്ഷേ ഏറെ നടന്നില്ല പറയിപ്പെണ്ണ്. അവൾ കുട്ടിക്ക് മുലകൊടുക്കാൻ നോക്കുമ്പോൾ മഹാത്ഭുതം എന്നു പറയട്ടെ കുഞ്ഞിന് ശരിക്കും വായില്ലാതായിരിക്കുന്നു.

അന്നേരം ആ കുഞ്ഞിനെ വരരുചി 'വായില്യാംകുന്നിലപ്പൻ' എന്ന് പേർ വിളിച്ച് കടമ്പഴിപ്പുറത്തെ ഒരു കുന്നിൻമുകളിൽ ജീവനോടെ പ്രതിഷ്ഠിച്ചു എന്നാണ് കഥ. മൗനത്തിന്റെ ദേവാങ്കണത്തിൽ പിന്നീട് ക്ഷേത്രമുണ്ടായി - വായില്യാംകുന്നത്തമ്പലം. നിളയുടെ പോഷകനദിയായ 'കുന്തിപ്പുഴ' കരിമ്പുഴയായൊഴുകി, 'തൂതപ്പുഴ'യാകുന്നത് കടമ്പഴിപ്പുറത്തിനടുത്താണ്.

വരരുചിയുടെ പന്ത്രണ്ടു മക്കളിൽ കനിഷ്ഠനെങ്കിലും ചൈതന്യവിശേഷത്താൽ വരിഷ്ഠനാണ് വായില്യാംകുന്നിലപ്പൻ. അസാധാരണ ബ്രഹ്മവർച്ചസിന്റെ നിവാസകേന്ദ്രമായ വരരുചി, അർദ്ധനാരീശ്വരസങ്കല്പത്തിൽ പ്രതിഷ്ഠിച്ച വായില്യാംകുന്നിലപ്പൻ, ഒരുപക്ഷേ 'വാ' ഉള്ളതിനാൽ മാത്രം ജീവിക്കാൻ വിധിക്കപ്പെട്ട മറ്റു പതിനൊന്നു പേരെക്കാളും ദിവ്യനും കേമനുമായിരുന്നു.

ദേവനെപ്പോലെ എപ്പോഴും മൗനമൂകമാണ് ക്ഷേത്രാങ്കണം. കിഴക്കോട്ട് ദർശനമായ വട്ടശ്രീകോവിലിലാണ് അർദ്ധനാരീശ്വര

സങ്കല്പത്തിലുള്ള വായില്യാംകുന്നിലപ്പൻ പ്രതിഷ്ഠ. പ്രധാന ക്ഷേത്രത്തിന്റെ പടിഞ്ഞാറെ ചുറ്റമ്പലത്തിന്റെ തെക്കുഭാഗത്ത് ഗണപതിക്കും വടക്കുഭാഗത്ത് സുബ്രഹ്മണ്യനും ഉപക്ഷേത്രങ്ങളുണ്ട്.

സംസാരശേഷിയുടെ അധിപനാണ് ഈ മൗനദേവൻ. സംസാരശേഷി കുറഞ്ഞവരും വിക്കിയും കൊഞ്ഞിയും സംസാരിക്കുന്നവരും ഇവിടെ കദളിപ്പഴം നേദിച്ച് വാഗ്മിത്വവും മധുരാലാപനശേഷിയും വീണ്ടെടുക്കാറുണ്ട്. വായില്യാംകുന്നിലപ്പന്റെ വാരവും പാൽപ്പായസവും പ്രസിദ്ധമാണ്. സോമവാരപ്രാധാന്യമുള്ള ഈ ക്ഷേത്രത്തിൽ തുലാമാസത്തിലെ തിരുവോണനാളിൽ നടക്കുന്ന കന്യകമാരുടെ കതിർക്കുല വഴിപാടും സവിശേഷമാണ്.

തരകന്മാർ കാവേരി തീരത്തുനിന്ന്

വായില്യാംകുന്ന് ക്ഷേത്രത്തിലെ ആറ് ഊരാളന്മാരിൽ ഒന്നാം ഊരാളൻ തരകൻ (വൈശ്യൻ)ആണ്. പാലക്കാട് ജില്ലയിൽ കൂടുതലായി കാണുന്ന വൈശ്യവിഭാഗങ്ങളാണ് മുത്താന്മാരും തരകന്മാരും ഗുപ്തന്മാരും. ഇവർ കാവേരിപൂംപട്ടണത്തിൽ നിന്നും വായില്യാംകുന്നിൽ എത്തിയതിന്റെ പിന്നിലെ ഐതിഹ്യം ഇങ്ങനെ.

ആറാം നൂറ്റാണ്ടിന്റെ ഉത്തരാർദ്ധത്തിൽ കാവേരിപൂംപട്ടണം ആസ്ഥാനമായി നാടുവാണ കരികാലചോളന്റെ പിൻഗാമികളിലൊരാളായ ചെങ്കന്നൻ എന്ന ചോളരാജാവിന് സുഹൃത്തായ കാശിരാജാവ് ഏതാനും മുത്തുമണികൾ സമ്മാനമായി നൽകി. വിചിത്രമായ തുളകളുള്ള ആ മുത്തുമണികൾ മാലയായി കോർക്കാൻ ആർക്കും കഴിഞ്ഞില്ല. വൈശ്യനായ ശങ്കരനായനാർ ആയിരുന്നു ചെങ്കന്നന്റെ മന്ത്രി. മന്ത്രിപുത്രി അമലേന്ദു ആ മുത്തുമാല കോർക്കാനുള്ള ദൗത്യം സ്വയം ഏറ്റെടുത്തു.

മന്ത്രിമന്ദിരത്തിൽ എത്തിച്ച മുത്തുമണികൾ അമലേന്ദു ഒരു ഉറുമ്പിൻപോട്ടിനരികെ ഒന്നിനോടൊന്ന് ചേർത്തുവച്ചു. ഒരറ്റത്ത് നെയ്യിൽ മുക്കിയ താമരനൂലും. നൂലിന്റെ ഒരറ്റം ആദ്യത്തെ മുത്തിനകത്തേക്ക് കടത്തിവെച്ചിരിക്കുന്നു. രാവിലെ നോക്കുമ്പോൾ മുത്തുമണികൾ മാലയായി കോർത്ത നിലയിലായിരുന്നു. നെയ്മണം പിടിച്ചെത്തിയ ഉറുമ്പുകളാണ് മുത്തുമണികൾക്കുള്ളിലൂടെ നൂലുവലിച്ച് പുറത്തെത്തിച്ചത്. സന്തുഷ്ടനായ രാജാവ് മന്ത്രിപുത്രിയെ ശ്ലാഘിച്ചു. മാത്രമല്ല അതിസുന്ദരിയായ മകളെ തനിക്ക് വിവാഹം ചെയ്തു തരണമെന്നും മന്ത്രിയോടാവശ്യപ്പെട്ടു.

ക്ഷത്രിയ-വൈശ്യവിവാഹം അക്കാലത്ത് നിഷിദ്ധമായിരുന്നു. അതുകൊണ്ട് വൈശ്യ പുരോഹിതന്മാരും മന്ത്രിബന്ധുക്കളും ആ

വിവാഹത്തെ എതിർത്തു. അമലേന്ദുവിനും വൃദ്ധനായ ചോളരാജാവിനെ വേൾക്കാൻ ഇഷ്ടമല്ലായിരുന്നു. മന്ത്രി വിഷമത്തിലായി. അവിടെയും മന്ത്രിയുടെ രക്ഷയ്ക്കെത്തിയത് മകളുടെ ബുദ്ധിയുപദേശമായിരുന്നു.

ഓരോരോ ഒഴിവ് പറഞ്ഞ് വിവാഹം പരമാവധി നീട്ടുക. അതിനകം ശേഖരിക്കാൻ കഴിയുന്നത്ര ധനവും സ്വർണ്ണവും സ്വരൂപിച്ച് സജ്ജനങ്ങളോടൊപ്പം രാജ്യം വിടുക. അതായിരുന്നു മകളുടെ ഉപദേശം. എന്നാൽ മന്ത്രിയുടെ പെരുമാറ്റത്തിൽ സംശയം തോന്നിയ രാജാവ് പിറ്റേന്നുതന്നെ വിവാഹം നടത്തണമെന്ന് ആവശ്യപ്പെട്ടു. മന്ത്രി മറിച്ചൊന്നും പറഞ്ഞില്ല. പക്ഷേ അന്നു രാത്രി മന്ത്രിയും മകളും ബന്ധുമിത്രാദികളും കുലഗുരു ജ്ഞാനശിവാചാര്യരോടൊപ്പം ചോളരാജ്യം വിട്ടു. കാവേരിനദിയിലൂടെയായിരുന്നു കേരളത്തിലേക്കുള്ള അവരുടെ ഒളിച്ചോട്ടം. പാലക്കാട് രാജാവ് അവരെ കൈയൊഴിഞ്ഞപ്പോൾ, സാമൂതിരി അവർക്ക് അഭയം നൽകി. മാത്രമല്ല രണ്ടാം സ്ഥാനിയായ ഏറാൾപാടിന്റെ ആസ്ഥാനമായ കരിമ്പുഴയ്ക്കു സമീപം നെടുങ്ങനാട്ടിൽ അവർക്ക് താമസിക്കാൻ സ്ഥലം നൽകി.

ആദിത്യപുരം ഗ്രാമക്കാർ

ചോളദേശത്തുനിന്നും പിരിഞ്ഞുപോന്ന 'ആദിത്യപുരം' ഗ്രാമക്കാർ വാസയോഗ്യമായി തിരഞ്ഞെടുത്ത സ്ഥലമാണ് കടമ്പഴിപ്പുറം വായില്യാംകുന്ന്. അക്കാലത്ത് വായില്യാംകുന്ന് ദേശം നന്തികൈമളുടെ അധീനത്തിലായിരുന്നു. സാമൂതിരി ഈ സ്ഥലമത്രയും നന്തികൈമളിൽനിന്നും ഒഴിപ്പിച്ച് കുടിയേറിവന്ന വൈശ്യർക്ക് നൽകി. ആദിത്യപുരം ഗ്രാമക്കാർ കടമ്പഴിപ്പുറത്ത് ആദ്യം നിർമ്മിച്ച ക്ഷേത്രമാണ് ആദിത്യപുരം ശിവക്ഷേത്രം. പിന്നീട് സാമൂതിരി അവർക്ക് വായില്യാംകുന്നിലപ്പൻ ക്ഷേത്രത്തിനടുത്ത് ഭഗവതിക്ഷേത്രം നിർമ്മിക്കാൻ സ്ഥലം നൽകിയപ്പോൾ ആദിത്യപുരം ക്ഷേത്രം സാമൂതിരിക്ക് വിട്ടുകൊടുത്തു.

കടമ്പഴിപ്പുറത്തെ വായില്യാംകുന്നിലപ്പൻ പ്രതിഷ്ഠ, നാറാണത്തുഭ്രാന്തൻ നിർമ്മിച്ച മൂർത്തികാവിഗ്രഹമാണെന്നൊരു പാഠഭേദം കേട്ടിട്ടുണ്ട്. വരരുചിയുടെ ശ്രാദ്ധദിനമായ 'ഭീഷ്മാഷ്ടമി' നാളിൽ, നാനാജാതിയിൽ വളർന്ന പന്തിരുകുലസഹോദരങ്ങൾ, ജ്യേഷ്ഠനായ അഗ്നിഹോത്രിയുടെ ഇല്ലത്ത് ഒത്തുകൂടിയിരുന്നു എന്നാണ് പറയപ്പെടുന്നത്. 'ശ്രാദ്ധം' എല്ലാ മക്കളും ചേർന്ന് ഊട്ടിയാലെ പിതൃക്കൾക്ക് മോക്ഷം ലഭിക്കൂ. അതിനാൽ നാറാണത്തുഭ്രാന്തൻ മണ്ണു

കൊണ്ടുണ്ടാക്കിയ അനുജന്റെ മൂർത്തികാ വിഗ്രഹത്തെ ഒപ്പമിരുത്തിയായിരുന്നു ക്രിയകൾ. അന്നേരം കുടമണി കിലുക്കിയാണത്രെ വായില്യാംകുന്നിലപ്പൻ തന്റെ മൗനസാന്നിധ്യം സഹോദരങ്ങളെ അറിയിച്ചിരുന്നത്. ശ്രാദ്ധശേഷം ആ കളിമൺ വിഗ്രഹം കടമ്പഴിപ്പുറത്ത് സൂക്ഷിക്കും. ഏറെക്കാലം അനുവർത്തിച്ചിരുന്ന ആ ചടങ്ങ് പിന്നീട് എപ്പോഴോ നിന്നുപോയി.

സർവവ്യാപ്തവും അതിദീപ്തവുമായ വിരാട് പുരുഷാംഗങ്ങളിൽ ത്രിഗുണസ്വരൂപങ്ങളായ എന്തോ ചിലതെല്ലാം ചേർന്ന് രൂപം കൊണ്ടതാണ് പറയിപെറ്റ പന്തിരുകുലം. ആ ത്രിഗുണലക്ഷണങ്ങൾ അനുസരിച്ച് ബ്രഹ്മനിയോഗിതരായ ഏതാനും വ്യക്തികൾക്കാണ് അതതു പ്രജകളെ വളർത്താൻ ഭാഗ്യം ലഭിച്ചത്. ഒരുപക്ഷേ ജീവിച്ച പതിനൊന്നു പേരേക്കാളും ശ്രേഷ്ഠനായിരുന്ന വായില്യാംകുന്നിലപ്പനെ വളർത്താൻ അത്രയുംതന്നെ ശ്രേഷ്ഠതയുള്ള ഒരാളെ ലഭിക്കാതെ പോയതുകൊണ്ടാവാം, വരരുചി പന്ത്രണ്ടാമനെ മൗനദേവനാക്കി ജീവനോടെ കടമ്പഴിപ്പുറത്ത് പ്രതിഷ്ഠിച്ചത്.

■

ചെർപ്പുളശ്ശേരി

1600ൽ സ്ഥാപിതമായി 1874ൽ പിരിച്ചുവിട്ട ബ്രിട്ടീഷ് ഈസ്റ്റിന്ത്യാ കമ്പനിയുടെ തെക്കേ മലബാർ ആസ്ഥാനമായിരുന്നു ചെർപ്പുള ശ്ശേരി. 1793ൽ ഈസ്റ്റിന്ത്യാ കമ്പനി തലശ്ശേരിയും ചെർപ്പുളശ്ശേരിയും ആസ്ഥാനമാക്കി ഭരണം തുടങ്ങിയപ്പോൾ, തെക്കേ മലബാർ 'ചെർ പ്പുളശ്ശേരി സൂപ്രണ്ടിന്റെ' കീഴിലായിരുന്നു. അതിനും മുമ്പ് 1766ൽ ഹൈദർ അലി ചെർപ്പുളശ്ശേരി വഴിയാണ് പാലക്കാട്ടേക്ക് പട നയി ച്ചത്. ആ പടയോട്ടത്തിനിടയ്ക്കാണ് ഹൈദർ അലി നെടുങ്ങനാ ട്ടിലെ ചെറുകോട് രാമഗിരിക്കുന്നിൽ കോട്ട പണിയാൻ ശ്രമിച്ചതും പരാജയപ്പെട്ടതും. കോട്ടയുടെ അവശിഷ്ടങ്ങൾ ഇപ്പോഴും രാമ ഗിരിക്കുന്നിൽ കാണാം.

മോഴികുന്നത്ത് മന

പഴയ നെടുങ്ങനാട്ടിലെ പന്നിയംകുറുശ്ശി, ചെർപ്പുളശ്ശേരി എന്നീ ദേശങ്ങൾ ചേർന്നുണ്ടായതാണ് ഇന്നത്തെ ചെർപ്പുളശ്ശേരി നഗര സഭ. വീട്ടിക്കാടു മുതൽ കച്ചേരിക്കുന്നുവരെയും പുത്തനാൽക്കലും നരിപ്പറമ്പുമടക്കം ബസ്സ്സ്റ്റാന്റ് വരെയുള്ള സിംഹഭാഗം പന്നിയം കുറുശ്ശി ദേശവും കാവുവട്ടവും തെക്കുമുറിയുമടങ്ങുന്ന ശിഷ്ടഭാഗം ചെർപ്പുളശ്ശേരി ദേശവുമായിരുന്നു പണ്ട്.

2015ൽ ആണ് ചെർപ്പുളശ്ശേരി നഗരസഭയായത്. 32.68 ച.കി.മീ വിസ്തൃതിയുള്ള ചെർപ്പുളശ്ശേരിയിലെ ജനസംഖ്യ 2011ലെ സെൻസസ് പ്രകാരം 41,267 ആണ്. ഇവിടേക്ക് പട്ടാമ്പിയിൽനിന്നും ഷൊർണ്ണൂ രിൽനിന്നും ഒറ്റപ്പാലത്തുനിന്നും മലപ്പുറം ജില്ലയിലെ പെരിന്തൽ മണ്ണയിൽനിന്നും തുല്യദൂരമാണ് - 17 കി.മീ.

18-ാംനൂറ്റാണ്ടിലെ ഒരു രേഖയനുസരിച്ച് ചെറുപ്പിള്ളിചേരി എന്നാണ് ചെർപ്പുളശ്ശേരിയുടെ മൂലരൂപം എന്ന് നെടുങ്ങനാടിന്റെ ചരിത്രകാരൻ എസ്.രാജേന്ദു അവകാശപ്പെടുന്നു. ചെറു+പള്ളി+ചേരി, ചെറുപ്പിള്ളിചേരി ആയി. ചെറുപ്പിള്ളിചേരി കാലാന്തരത്തിൽ ചെർപ്പുള ശ്ശേരിയായി.

C.E 1860 വരെ നെടുങ്ങനാടിന്റെ ഭാഗമായിരുന്ന ചെർപ്പുളശ്ശേ രിയെ സാമൂതിരി ബ്രിട്ടീഷുകാരുമായി ചേർന്ന് ഉണ്ടാക്കിയ കരാർ അനുസരിച്ച് വള്ളുവനാട്ടിൽ ലയിപ്പിക്കുകയായിരുന്നു. അതിനുശേഷ മാണ് ബ്രിട്ടീഷുകാർ ചെർപ്പുളശ്ശേരിയിൽ മലബാറിലെ ആദ്യകാല രജിസ്റ്റർ ഓഫീസുകളിലൊന്നായ 'കച്ചേരി' പണി കഴിച്ചത്. അടുത്ത കാലത്താണ് ചെർപ്പുളശ്ശേരി രജിസ്റ്റർ ഓഫീസ് പുതിയ കെട്ടിട ത്തിലേക്ക് മാറ്റിയത്.

ചെർപ്പുളശ്ശേരി അയ്യപ്പൻകാവ്

അന്നും ഇന്നും അയ്യപ്പൻകാവും പുത്തനാൽക്കൽ ഭഗവതി ക്ഷേത്രവുമാണ് ചെർപ്പുളശ്ശേരിയുടെ പൈതൃക അടയാളങ്ങൾ. ചെർ പ്പുളശ്ശേരി നഗരഹൃദയത്തിലാണ് അയ്യപ്പൻകാവ്. ഭാരതപ്പുഴയുടെ പ്രധാന പോഷകനദിയായ തൂതപ്പുഴ പടിഞ്ഞാട്ട് ഒഴുകുന്നത് ക്ഷേത്ര ത്തിൽനിന്നും 5 കി.മീ. വടക്കുഭാഗത്താണ്.

11-ാം നൂറ്റാണ്ടിലേതാണ് ക്ഷേത്രം. ആ കാലഘട്ടത്തിൽ ചെർപ്പു ളശ്ശേരി നമ്പൂതിരിമാരുടെ വലിയൊരു അധിവസിത ദേശമായിരുന്നു. 32 ഇല്ലങ്ങൾ അക്കാലത്ത് ഇവിടെ ഉണ്ടായിരുന്നു എന്നാണ് പറയ പ്പെടുന്നത്. ഇവരിൽ പലരും പെരുവനം ഗ്രാമക്കാരാണ്. ക്ഷേത്ര പ്പിറവിയുമായി ബന്ധപ്പെട്ട ഐതിഹ്യം ഇങ്ങനെ. ചെർപ്പുളശ്ശേരി മനയിലെ അനപത്യതാ ദുഃഖം പേറുന്ന ഒരു നമ്പൂതിരി പെരുവനം തിരുവുള്ളക്കാവ് ശാസ്താക്ഷേത്രത്തിൽ ഭജനയിരിക്കാൻ പോയി.

മനയിൽ മടങ്ങിയെത്തിയ നമ്പൂതിരി പിറ്റേ ദിവസം രാവിലെ ഇല്ലത്തിന്റെ നടുമുറ്റത്ത് അയ്യപ്പന്റെ ആയുധമായ 'ചുരിക' കണ്ട് അത്ഭുതപ്പെട്ടു. തന്റെ പ്രാർത്ഥന അയ്യപ്പൻ കേട്ടു എന്ന സന്തോഷത്താൽ ചുരിക ഇല്ലത്ത് പ്രതിഷ്ഠിച്ച് 'അട' നേദിച്ചു. അതോടെ ഭൂമിയിലേക്ക് ആണ്ടുപോയ 'ചുരിക' വൈകാതെ മൂന്ന് സ്വയംഭൂ ലിംഗരൂപങ്ങളായി പൊന്തി വന്നു. അവിടെ നിത്യപൂജയാരംഭിച്ച നമ്പൂതിരിക്ക് വൈകാതെ ഒരു മകൻ പിറന്നു.

അച്ഛന്റെ പാത പിൻതുടർന്ന മകനും വലിയ അയ്യപ്പഭക്തനായിരുന്നു. അവിവാഹിതനായി കഴിഞ്ഞ മകന്റെ മരണത്തോടെ ചെർപ്പുളശ്ശേരി മന അന്യംനിന്നു. അക്കാലത്ത് മനയിലെ കാര്യസ്ഥനായിരുന്ന ഉമിക്കുന്നത്ത് നായർ, രൂപകല്പനയിൽ മാറ്റം വരുത്തി ചെർപ്പുളശ്ശേരി മനക്ഷേത്രമാക്കി. ചുരിക പ്രത്യക്ഷമായ നടുമുറ്റം ക്ഷേത്രത്തിന്റെ ഗർഭഗൃഹമാക്കി. നാലുകെട്ടിന്റെ ഇതരഭാഗങ്ങൾ തിടപ്പിള്ളി, കലവറ എന്നിവയാക്കി.

വളരെ പെട്ടെന്നായിരുന്നു ക്ഷേത്രം പ്രശസ്തിയിലേക്കുയർന്നത്. ആണ്ടിൽ 36,000 പറ നെല്ല് പാട്ടം ലഭിക്കുന്ന ഭൂസ്വത്തിനുടമയായതോടെ നെടുങ്ങനാടിന്റെ ഭരണാധികാരിയായ നെടുങ്ങേതിരിപ്പാട് ക്ഷേത്രഭരണം ബലമായി പിടിച്ചെടുത്തു. അക്കാലത്ത് വള്ളുവനാടിനും പാലക്കാടിനുമിടയിൽ നെടുങ്ങനാട്ടെ 28 ഗ്രാമങ്ങൾ ഉൾക്കൊള്ളുന്ന ചെർപ്പുളശ്ശേരി ഒരു സാമന്തരാജ്യമായിരുന്നു (Principality). കിഴക്ക് മണ്ണാർക്കാട് താലൂക്കും തെക്കുകിഴക്ക് ഒറ്റപ്പാലം താലൂക്കും പടിഞ്ഞാറ് നേതിരിമംഗലവും (പട്ടാമ്പി), തെക്ക് ഭാരതപ്പുഴയുമായിരുന്നു അതിരുകൾ. കുതിരവാഹനനായ വീരയോദ്ധാവായിരുന്നു ചെർപ്പുളശ്ശേരി അയ്യപ്പൻകാവിലെ മുദ്രയിലെ അടയാളം.

17-ാം നൂറ്റാണ്ടിന്റെ അവസാനത്തിൽ കോഴിക്കോട് സാമൂതിരിയും നെടുങ്ങേതിരിപ്പാടുമായുള്ള ചില ആഭ്യന്തരപ്രശ്നങ്ങളെ തുടർന്ന് ചെർപ്പുളശ്ശേരി എന്ന സാമന്തരാജ്യം കരിമ്പുഴയിലെ ഏറാൾപ്പാട്ട് 'കൊട്ടിച്ചെഴുന്നള്ളത്തിലൂടെ' പിടിച്ചെടുത്തപ്പോഴും അയ്യപ്പൻകാവ് ഭരണം നെടുങ്ങേതിരിപ്പാട് നിലനിർത്തി. കാലാന്തരത്തിൽ നെടുങ്ങേതിരിപ്പാടിന്റെ കുടുംബാംഗങ്ങൾ തമ്മിലുള്ള അഭിപ്രായഭിന്നതയെത്തുടർന്ന് ക്ഷേത്രഭരണം തടസ്സപ്പെടുന്ന അവസ്ഥയുണ്ടായി. ഈ അരക്ഷിതാവസ്ഥ 1928 വരെ നീണ്ടുപോയപ്പോൾ ക്ഷേത്രഭരണം H.R.&.C.E ബോർഡ് ഏറ്റെടുത്തു. അപ്പോഴും നെടുങ്ങേതിരിപ്പാട് തന്നെ ക്ഷേത്രം ട്രസ്റ്റിയായി തുടർന്നു.

ഇതിനിടയ്ക്കാണ് കേരളത്തിൽ ഭൂനിയമം പ്രാബല്യത്തിൽ വന്നത്. അതോടെ ക്ഷേത്രഭൂമിയുടെ സിംഹഭാഗവും കുടിയാന്മാരുടെ കൈവശത്തിലായി. അതോടെ നെടുങ്ങേതിരിപ്പാടിന്

ക്ഷേത്രത്തിനോടുള്ള താല്പര്യം കുറഞ്ഞു. അതോടെ ക്ഷേത്രഭരണം 5 അംഗ ട്രസ്റ്റിബോർഡിനു കീഴിലാക്കി H.R.&.C.E നിജപ്പെടുത്തി. ഇതിൽ രണ്ടു പാരമ്പര്യ ട്രസ്റ്റിമാർ 'കിഴക്കേകൂറിലേയും' 'പടിഞ്ഞാറെകൂറിലേയും' കർത്താക്കന്മാർ ആണ്. മറ്റ് മൂന്നുപേർ പാരമ്പര്യേതര ട്രസ്റ്റിമാരും. അതിലൊരാൾ H.R.&.C.E നിശ്ചയിക്കുന്ന മാനേജിങ് ട്രസ്റ്റി. പടിഞ്ഞാട്ട് ദർശനമായ, സ്വയംഭൂ അയ്യപ്പനാണ് അയ്യപ്പൻകാവിൽ പ്രധാനമൂർത്തിയെന്ന് പറഞ്ഞല്ലോ. ഉപദേവന്മാരായി ഗണപതി, ശിവൻ, ബ്രഹ്മരക്ഷസ്സ്, നാഗരാജാവ് എന്നിവർ. ദിവസം മൂന്ന് പൂജ. കുംഭത്തിലെ ഉത്രം നാൾ കൊടിയേറി പത്തു ദിവസത്തെ ഉത്സവം കേമമാണ്. ഇഷ്ടസന്താനലബ്ധിക്ക് ഭക്തർ 'തിയ്യാട്ട്' നടത്താറുണ്ട്. കേരളത്തിലെ നൂറ്റിയെട്ട് അയ്യപ്പൻകാവുകളിലൊന്നാണ് ചെർപ്പുളശ്ശേരി അയ്യപ്പൻകാവ്.

പുത്തനാൽക്കൽ ഭഗവതി ക്ഷേത്രം

"ഞങ്ങൾ തടവുകാരെ ഒന്നുകൂടി അന്യോന്യം പിടിച്ച് മുറുകെ കെട്ടിയ ശേഷം പട്ടാളക്കാർ കുതിരപ്പുറത്തു കയറി. കുതിരയുടെ പുറകിൽ കെട്ടിയ ഞങ്ങളെ നേരെ തെക്കോട്ടോടിച്ചു. ചെർപ്പുളശ്ശേരി ചന്തയുടെ പടിഞ്ഞാറുവശത്തെത്തിയ ഞങ്ങളെ പിന്നീട് കുറുക്കുവഴിയിലൂടെ ഒറ്റപ്പാലം നിരത്തിലേക്ക് ആട്ടിവിട്ടു. അവിടെ നിന്ന് ഇല്ലിക്കോൽ നിറഞ്ഞ മറ്റൊരു ഇടവഴിയിലേക്ക്. ഇടവഴി കയറി

പുത്തനാൽക്കൽ ഭഗവതിക്ഷേത്രം

പുത്തനാൽക്കൽ ഭഗവതി ക്ഷേത്രത്തിന്റെ നടയിലൂടെ കൊണ്ടു പോയപ്പോൾ, എന്റെ പരദേവതയെ ഞാൻ മനസ്സുകൊണ്ടു വണങ്ങി. കൈകൾ പിന്നോട്ടു കെട്ടിയിരുന്നതിനാൽ എനിക്ക് വീർപ്പുമുട്ടുന്നു ണ്ടായിരുന്നു. എങ്കിലും ഓടുന്നതിനിടയിൽ ഞാൻ ആ പരാശക്തി യിൽ മനസ്സുകൊണ്ട് ശരണം പ്രാപിച്ച് ഓട്ടം തുടർന്നു.' - *മോഴി കുന്നം ബ്രഹ്മദത്തൻ നമ്പൂതിരി (ഖിലാഫത്ത് സ്മരണകൾ)*

മോഴികുന്നത്ത് ബ്രഹ്മദത്തൻ നമ്പൂതിരിയുടെ 'ഖിലാഫത്ത് സ്മരണകൾ' എന്ന പുസ്തകത്തിലെ നിറസാന്നിദ്ധ്യമാണ് പുത്ത നാൽക്കൽ ഭഗവതി ക്ഷേത്രം. ക്ഷേത്രം ഊരാളനായിരുന്ന മോഴി കുന്നം, മലബാർ ലഹളയുടെ പേരിൽ ജയിലിലടയ്ക്കപ്പെടുമ്പോൾ പുത്തനാൽക്കൽ ക്ഷേത്രം പൂജാരിയായിരുന്നു. ജയിൽവാസം അനു ഭവിച്ചതിന്റെ പേരിൽ പിന്നീട് നമ്പൂതിരി സമുദായം അദ്ദേഹത്തെ ഭ്രഷ്ടാക്കി.

തൃത്താല കണ്ണനൂർ ഭഗവതി ക്ഷേത്രത്തിലെ എട്ട് ഊരാള ന്മാരിൽ ഒരാളാണ് മോഴികുന്നം മനക്കാർ. ഇവർ ഞാങ്ങാട്ടിരിയിൽ നിന്നും പുലിയെ പേടിച്ചാണത്രെ ചെർപ്പുളശ്ശേരിയിൽ എത്തിയത്. 'കണനൂർ കുന്നം' എന്ന പേരിൽ അറിയപ്പെട്ടിരുന്ന ഇവർ ചേർപ്പു ളശ്ശേരിയിൽ എത്തിയപ്പോൾ മോഴികുന്നമായി. മോഴികുന്ന് എന്ന പദത്തിന് മൊട്ടക്കുന്ന് എന്നാണ് അർത്ഥം.

മകര ചൊവ്വയാണ് പുത്തനാൽക്കൽ ഭഗവതി ക്ഷേത്രത്തിലെ പ്രധാന ഉത്സവം. മകരച്ചൊവ്വനാൾ പുലർച്ചെ കൂത്ത് മുളയിട്ടാൽ തന്ത്രി അണ്ടലാടി നമ്പൂതിരി കൊടിയേറ്റ് നടത്തും. ഉച്ചയ്ക്ക് പ്രസാദ ഊട്ട്. സന്ധ്യക്ക് നിറമാലയും നിറവിളക്കും. അർദ്ധരാത്രി 'കതിരേറ്റം'. കതിർകുലവേല കാവിറങ്ങിയാൽ, കൂത്തുമാടത്തിൽ തോൽപാവ കൂത്തിന് തിരിതെളിയും. മകരം രണ്ടു മുതൽ 30 ദിവസം കൈലി യാട് നായരുടെ കൂത്ത്. മകരം 30ന് പ്രസിദ്ധമായ 'പുത്തനാൽ ക്കൽ കാളവേല'. കുംഭം ഒന്നിന് താലപ്പൊലി.

ഭാരതഖണ്ഡം

കാലദേശങ്ങൾ പിന്നിട്ട് കൽപ്പാത്തിപ്പുഴ പറളിയിലെത്തുമ്പോൾ 'പറളിപ്പുഴ' എന്ന് അറിയപ്പെടും. പറളി പാലത്തിനു താഴെ, കൽപ്പാത്തിപ്പുഴ, ചിറ്റൂർ പുഴയുമായി സംഗമിച്ച് ഭാരതപ്പുഴയെന്ന മഹാപ്രവാഹമായി പടിഞ്ഞാട്ടൊഴുകും.

എടത്തറ സ്വരൂപത്തിന്റെ കീഴിലെ 'ചന്ദ്രശേഖരപുരം' ഗ്രാമമാണത്രെ പറളിയായത്. ആ കഥയിങ്ങനെ. 1852ൽ എ.ബി. റോബിൻസൺ മലബാർ കലക്ടറായിരുന്ന കാലത്താണ് പറളിയിൽ പുഴയ്ക്കു കുറുകെ പാലം നിർമ്മിക്കുന്നത്. ഒരു പക്ഷേ ഇതാവാം ഭാരതപ്പുഴയ്ക്കു കുറുകെ നിർമ്മിച്ച ആദ്യത്തെ പാലം. പൊന്നാനി തുറമുഖത്തുനിന്നും ചരക്കുമായി പാലക്കാട്ടേക്കു പോകുന്ന വലിയ

പറളിപ്പാലം

ചെമ്പൈ വീട്

പത്തേമാരികൾക്ക് കടന്നുപോകാൻ പാകത്തിലാണ് പാലത്തിലെ കമാനങ്ങളുടെ നിർമ്മിതി. ഇംഗ്ലണ്ടിലെ വെസ്റ്റ് മിനിസ്റ്റർ പാലത്തിനോടാണ് ഇതിനു സാമ്യം. പാലം നിർമ്മിതിക്കു നിയുക്തനായ ബ്രിട്ടീഷ് എൻജിനീയറുടെ പേർ പാർലെ എന്നായിരുന്നു. എൻജിനീയറോടുള്ള ബഹുമാനാർത്ഥം പാലത്തിന് ആരോ 'പാർലെ ബ്രിഡ്ജ്' എന്ന് പേരിട്ടു. പാർലെ ബ്രിഡ്ജ്, കാലാന്തരത്തിൽ പറളി പാലമായി. പാലം സ്ഥിതി ചെയ്യുന്ന പ്രദേശം 'പറളി'യും.

പറളിപ്പുഴയുടെ തെക്കേക്കരയിൽ കോട്ടായി ഗ്രാമം. ഇവിടെയാണ് 1766ൽ ഹൈദർ അലി കോട്ട കെട്ടാൻ തുനിഞ്ഞത്. പക്ഷേ കോട്ട പുഴയെടുത്തു. അതോടെ കോട്ടനിന്ന സ്ഥലം 'കോട്ടായി' എന്ന് അറിയപ്പെട്ടു. കോട്ടായി ചെമ്പൈ ഗ്രാമത്തിലാണ് ചെമ്പൈ വൈദ്യനാഥ ഭാഗവതരുടെ വീട്. ആ വീടിന്റെ അകത്തളങ്ങളിലെവിടെയോ ഒരു വീണ മുഴങ്ങുന്നുണ്ടോ..?

ഉണ്ട്...! ഇവിടെ നിന്നാൽ ഹംസധ്വനി രാഗത്തിന്റെ ആരോഹണാവരോഹണങ്ങൾ ഒരു മഹാപ്രവാഹമായി കാതിൽ നിറയും. സപ്തസ്വരങ്ങൾ പെയ്തിറങ്ങിയ ഈ ഗൃഹാങ്കണത്തിൽ ഇപ്പോഴും സ്വരസ്മരണകൾ നിത്യസാധകം ചെയ്യും പോലെ. ഗ്രാമത്തെ മങ്കരയുമായി ബന്ധിപ്പിക്കാൻ ഒരു തടയണ. തടയണക്കു താഴെ രൂക്ഷമായ മണലെടുപ്പിൽ മുഖം വികൃതമായ പുഴ.

മണ്ണൂർ

മങ്കരയ്ക്ക് താഴെ പുഴയ്ക്കു വടക്ക്, മണ്ണൂർ ദേശം. മണ്ണൂർ മൂപ്പിൽ നായരുടെ തട്ടകം. മണ്ണൂർ വടവട്ടുവർകുർശ്ശി ക്ഷേത്രത്തിനു സമീപ മുള്ള 'തീപ്പാറ്റുകുഴി'യിലാണ് പന്തിരുകുലത്തിന്നമ്മയായ പറയി പ്പെണ്ണ് ആത്മാഹുതി ചെയ്തത്. പന്തിരുകുലത്തിലെ പന്ത്രണ്ടാമൻ, വായില്ലാകുന്നിലപ്പനെ കടമ്പഴിപ്പുറത്ത് ജീവനോടെ പ്രതിഷ്ഠിച്ച ശേഷം വരരുചിയും പറയിപ്പെണ്ണും നടന്നെത്തിയ പുണ്യപ്രദേശമാണ് മണ്ണൂർദേശത്തെ പത്തിരിപ്പാല. രണ്ടു പതിറ്റാണ്ടോളം നീണ്ട ദേശാ ടനത്തിന്റെ പീഢനപാത, ഈ മണ്ണിൽ അവസാനിച്ചെന്നാണ് കഥ.

മണ്ണൂർ മൂപ്പിൽനായരുടെ കുടുംബ പരദേവതയാണ് കൈമ കുന്നത്ത് ഭഗവതി. ഒമ്പതര ദേശത്തിന്റെ അധിപയായ കൈമ കുന്നത്ത് ഭഗവതി, സാക്ഷാൽ അങ്ങാടിപ്പുറം തിരുമാന്ധാംകുന്ന് ഭഗവതിയുടെ അനുജത്തിയാണെന്നാണ് സങ്കല്പം. പാലക്കാട് ജില്ല യിലെ ഒമ്പതു ദേശങ്ങൾക്കു പുറമെ, അര ദേശം പുഴയ്ക്കക്കരെ തൃശ്ശൂർ ജില്ലയിലെ പാമ്പാടിയിലാണ്.

മണ്ണൂർ കൈമകുന്നത്തുകാവിന്റെ കീഴേടമാണ് മണ്ണൂർ വടവട്ടു വർകുറിശ്ശി ക്ഷേത്രം. ഇവിടെ ഉമാമഹേശ്വര സങ്കല്പത്തിൽ ശിവ ലിംഗ പ്രതിഷ്ഠനടത്തിയത് വരരുചിയാണെന്നാണ് വിശ്വാസം. മണ്ണൂർ മൂപ്പിൽ നായർക്കാണ് ഊരായ്മ. തന്ത്രം കൈമുക്ക് മന. വരരുചി ഈ ക്ഷേത്രനിർമ്മിതിക്കുശേഷം വിന്ധ്യാപർവ്വതത്തിൽ തപസ്സനുഷ്ഠിച്ചതായി പറയപ്പെടുന്നു. അവിടെ നിന്നും ദേഹത്യാഗ ത്തിനായി ബദര്യാശ്രമത്തിലേക്കു പോയി. അവിടെ യോഗാഗ്നി യിൽ സ്വന്തം ശരീരം ദഹിപ്പിച്ച് ശാപമോക്ഷം നേടി പൂർവ്വജന്മ ത്തിലെ പുഷ്പദന്തനായി ശിവസന്നിധിയിൽ മടങ്ങിയെത്തി എന്നാണ് കഥ.

പോരൂർ മൂപ്പിൽനായർ

'വല്ലഭൻ കണ്ഠൻ' എന്ന് അറിയപ്പെടുന്ന മണ്ണൂർ മൂപ്പിൽനായർക്ക് കൈമ കുന്നത്ത് കാവ് പ്രധാനക്ഷേത്രം എന്നതു പോലെ 'പോരൂർ മുപ്പിൽനായർ' കുടുംബത്തിന്റെ പരദേവതയാണ് അകലൂർ ഭഗവതി. അകലൂർ ഭഗവതിക്ഷേത്രപ്പിറവിയുമായി ബന്ധപ്പെട്ട ഐതിഹ്യം ഇങ്ങനെ. ഭാരതപ്പുഴയുടെ വടക്കേക്കരയിലുള്ള അകലൂർ ദേശം പണ്ട് ജനവാസം കുറഞ്ഞ വൻകാടായിരുന്നു. പുഴ കടന്ന് തെക്കൻ ദിക്കിലേക്ക് കച്ചവടത്തിനു പോയിരുന്നവർ, മടക്കയാത്രയിൽ ഇട ത്താവളമാക്കിയിരുന്നത് ഈ കാട്ടിലായിരുന്നു. അങ്ങനെ ഇവിടെ രാപാർത്ത ഒരാൾ, പിറ്റേന്ന് പുലർച്ചെ തന്റെ പണിയായുധം മൂർച്ച വരുത്താൻ വനത്തിൽ കണ്ട ഒരു കല്ലിൽ ഉരച്ചപ്പോൾ, ചോര

പൊടിഞ്ഞതു കണ്ട് പരിഭ്രമിച്ചു. അയാൾ വിവരം തന്റെ നേതാവിനെ അറിയിച്ചു. നേതാവിന്റെ അന്വേഷണത്തിൽ അറിഞ്ഞു ആ സ്ഥലമെല്ലാം 'ഉണ്ണത്ത് മന' വകയാണെന്ന്. അവർ ഉണ്ണത്ത് മനയിൽ വിവരം അറിയിച്ചു. തുടർന്നു നടന്ന പ്രശ്ന വിചാരത്തിൽ രക്തം പൊടിഞ്ഞ കല്ലിൽ ഭദ്രകാളീചൈതന്യം കണ്ട് താന്ത്രിക വിധിയനുസരിച്ച് അവിടെ പൂജയാരംഭിച്ചു. പന്നിയൂർ ശുകപുരം കൂറ്റ് മത്സരത്തിൽ സാമൂതിരിയുടെ അപ്രീതിക്ക് പാത്രീഭവിച്ച പതിമൂന്ന് നമ്പൂതിരി കുടുംബങ്ങളിലൊന്നാണ് പന്നിയൂർ ഗ്രാമത്തിലെ ഉണ്ണത്ത് മന. അവർ പന്നിയൂർ ഗ്രാമം ഉപേക്ഷിച്ച് വള്ളുവനാട്ടിലെ അകലൂരിൽ അഭയം തേടിയവരാണ്. പിന്നീടെപ്പോഴോ സാമൂതിരി തന്റെ പടനായകരായ മൂത്താട്ട് നായരെയും (പേരൂർ മൂപ്പിൽ നായർ), എളയാട്ടു നായരെയും അയച്ച് അകലൂർ ദേശം കൈക്കലാക്കുകയും അവിടത്തെ ക്ഷേത്രങ്ങളും ഭൂസ്വത്തും ഈ പടനായകന്മാർക്ക് അധികാര സ്ഥാനമാനങ്ങളോടെ ഏൽപ്പിച്ചു കൊടുക്കുകയും ചെയ്തു. അങ്ങനെയാണ് അകലൂർ പ്രദേശത്തെ ക്ഷേത്രങ്ങൾ പേരൂർ നായർ വീടിന് കീഴിലാകുന്നത്.

അകലൂർ ഭഗവതി ഭദ്രകാളി സങ്കല്പത്തിലാണന്ന് പറഞ്ഞല്ലോ. അകലൂർ ഭഗവതി ക്ഷേത്രത്തിന് അടുത്തുള്ള പേരൂർ കൈപ്പയിൽ മഹാദേവ ക്ഷേത്രവുമായി ബന്ധമുണ്ട്. രണ്ടിടത്തും സ്വയംഭൂവിഗ്രഹമാണ്. സാക്ഷാൽ പരമശിവനാണത്രെ അകലൂർ ഭഗവതിയുടെ ആരൂഢം നിശ്ചയിച്ചത്. ജ്യേഷ്ഠത്തിക്ക് കൈപ്പയിൽ മഹാദേവ ക്ഷേത്രത്തിനടുത്ത് മേലേക്കാവിലും അനുജത്തിക്ക് അകലൂരും സ്ഥാനം നിശ്ചയിച്ചു നൽകി. ജ്യേഷ്ഠാനുജത്തിമാർ തമ്മിൽ കലഹിക്കുന്നത് ഒഴിവാക്കാൻ അനുജത്തിയെ അല്പം അകലെ ഇരുത്തിയെന്നാണ് കഥ. കാലാന്തരത്തിൽ അനുജത്തിയുടെ തട്ടകം അകലൂരായി. ജ്യേഷ്ഠത്തിയുടെ തട്ടകം പേരൂരും.

പേരൂർ മൂപ്പിൽനായർക്കു പുറമെ ഇളയാട്ട് നായർ, ഉണ്ണത്ത് മന, സാമൂതിരി, അമ്പാടി കോവിലകം (സാമൂതിരി കോവിലകത്തെ മൂത്ത പെൺപ്രജ), പേരൂർ ദേശക്കാർ, അകലൂർ ദേശക്കാർ എന്നിങ്ങനെ ഏഴു പേരായിരുന്നു അകലൂർ ഭഗവതി ക്ഷേത്രത്തിന്റെ ആദ്യകാല ഊരാളർ. ഭൂപരിഷ്ക്കരണ നിയമം ക്ഷേത്രത്തിന്റെ ഭൂരിഭാഗം ഭൂസ്വത്ത് വകകൾ അന്യാധീനപ്പെടുത്തി. തുടർന്ന് സാമൂതിരിയും അമ്പാടി കോവിലകവും അവരുടെ ഊരായ്മ ഉപേക്ഷിച്ചു.

അകലൂർ വേല

അകലൂർ ഭഗവതി ക്ഷേത്രത്തിൽ വർഷത്തിൽ രണ്ട് പ്രധാന ഉത്സവങ്ങളുണ്ട്. മണ്ഡല കാലത്തെ 'മണ്ഡലതാലപ്പൊലിയും' മീനം 17ന് ആരംഭിച്ച് മേടം 19 വരെയുള്ള കൂത്തിന്റെ അവസാനം നടക്കുന്ന

'കൂത്ത് താലപ്പൊലിയും' (അകലൂർ വേല). അകലൂർ തട്ടകത്തിലെ നാനാജാതിക്കാർക്കും ഈ വേലയിൽ പ്രാതിനിധ്യമുണ്ട്. പൂരത്തിന്റെ നാലുനാൾ മുമ്പ് നടത്തുന്ന 'കൊട്ടിയറിയിക്കൽ' അകലൂർ ഗ്രാമോത്സവത്തിന്റെ മാത്രം സവിശേഷതയാണ്. ആന, പഞ്ചവാദ്യം, കാള, കുതിര, പുതൻ, തിറ, തട്ടിന്മേൽ കൂത്ത് എന്നിവയെല്ലാം അകലൂർ പൂരത്തെ ഗംഭീരമാക്കും.

മുളഞ്ഞൂർ ഭഗവതി

നിത്യവും കാട്ടുകിളികളുടെ ശബ്ദം കേട്ടുണരുന്ന ഭഗവതിയാണ് ലക്കിടി മംഗലം കാവിൽക്കാട്ടിൽ കുടികൊള്ളുന്ന മുളഞ്ഞൂർ ഭഗവതി. ഭഗവതി മുളഞ്ഞൂരിൽ എത്തിയ കഥയിങ്ങനെ.

ദേവലോകത്തുനിന്ന് പുറത്താക്കപ്പെട്ട അമ്മ ഭഗവതിയും അവരുടെ അഞ്ച് പെൺമക്കളും ഇരിക്കാൻ പറ്റിയ ആരൂഢം തേടി ഭാരതപ്പുഴയുടെ വടക്കേക്കരയിലെ ലക്കിടിയിൽ എത്തി. വിശന്നപ്പോൾ ഭക്ഷണം പാകം ചെയ്യാൻ വിറകിനായി മൂത്ത മകളെ കാട്ടിലേക്കയച്ചു. രണ്ടാമത്തെ മകളെ അരിക്കായി ചിറയ്ക്കൽ നായർ വീട്ടിലേക്കും. തീയിനും മുറത്തിനുമായി മൂന്നാമത്തെ മകളെ പറയകോളനിയിലേക്കും തുണിക്കായി നാലാമത്തെ മകളെ മണ്ണാൻ കുടിയിലേക്കും അഞ്ചാമത്തെ മകളെ പൂവിനായി അടുത്തുള്ള വാരിയത്തേക്കും അയച്ചു.

വിറകിനുപോയ മൂത്തമകൾ ലക്കിടി മംഗലത്തെ കാവിൽക്കാട്ടിലെത്തി. ഇന്നത്തേക്കാൾ നിബിഡവനമായിരുന്ന കാവിൽക്കാടിന്റെ സൗന്ദര്യമാസ്വദിച്ച് മുളഞ്ഞൂർ തോടിനരികിൽ ഇരുന്നുപോയ ആ മകളാണ് പിൽക്കാലത്ത് മുളഞ്ഞുർ ഭഗവതിയായത്. ചിറയ്ക്കൽ നായർ വീട്ടിൽ അരിക്കുപോയ രണ്ടാമത്തെ മകൾ അരികിട്ടാതെ മടങ്ങിയെത്തി. ഭക്ഷണം പാകം ചെയ്യാൻ അരിയും കാത്തിരുന്ന അമ്മ ഭഗവതി, അരി കിട്ടിയില്ലന്നറിഞ്ഞപ്പോൾ കോപിച്ച് നാഴി മകൾക്ക് നേരെയെറിഞ്ഞു. നാഴികൊണ്ടുള്ള ഏറ് പുറത്തുകൊണ്ട് കൂനിയായിപ്പോയ മകൾ, കരഞ്ഞുകൊണ്ട് ജ്യേഷ്ഠത്തിയുടെ അടുക്കലെത്തി. ജ്യേഷ്ഠത്തി അനുജത്തിയെ തന്റെ തെക്കുഭാഗത്ത് കുടിയിരുത്തി. അതാണ് മുളഞ്ഞൂരെ 'കൂനിമുത്തി' സങ്കല്പം.

അമ്മ ഭഗവതി കോപിച്ചതറിഞ്ഞ് മറ്റു മൂന്നു പെൺമക്കളും പിന്നെ ലക്കിടിക്ക് മടങ്ങിവന്നില്ല. മുറത്തിനുപോയ മകൾ, പറയകോളനിയിലും തുണിക്കുപോയ മകൾ, മണ്ണാക്കുടിയിലും പൂവിനുപോയ മകൾ, വാരിയത്തും കുടിയിരുന്നു. അഞ്ചു പെൺമക്കളും തന്നെ ഉപേക്ഷിച്ചുപോയതിൽ ദുഃഖിച്ച് അമ്മ ഭഗവതി ഭാരതപ്പുഴയുടെ വടക്കേ തീരമുപേക്ഷിച്ച് തെക്കോട്ടുപോയി എന്നാണ് കഥ. കഥ

നടക്കുന്ന കാലത്ത് ഭാരതപ്പുഴ ഒഴുകിയിരുന്നത് കുറെക്കൂടി വടക്കു ഭാഗത്തായിരുന്നത്രെ. ഇപ്പോൾ മുളഞ്ഞൂർ തോടിനു സമീപമുള്ള ഭഗവതിക്ഷേത്രത്തിൽനിന്ന് ഭാരതപ്പുഴയിലേക്ക് 5 കി.മി. ദൂരമുണ്ട്.

ഏകദേശം 500 വർഷം മുമ്പായിരിക്കണം ഈ ക്ഷേത്രപ്പിറവി. എറണ്ണൂർ മനയിലെ രേഖയനുസരിച്ച് 390 വർഷം മുമ്പാണ് അവർ ഈ ക്ഷേത്രത്തിന്റെ ഊരാളരാകുന്നത്. ക്ഷേത്രത്തിൽ പ്രതിഷ്ഠ നടത്തിയ തന്ത്രി ആരെന്നറിയില്ല. ഇപ്പോൾ തന്ത്രം പനാവൂർ മനയ്ക്ക്. ക്ഷേത്രഭരണം മലബാർ ദേവസ്വം ബോർഡ്.

ശാന്തസ്വരൂപയായ ഭഗവതിയുടെ നാലടി ഉയരമുള്ള ശിലാവിഗ്രഹം നിൽക്കുന്ന നിലയിലാണ്. വനദുർഗ്ഗാ സങ്കല്പം. ശ്രീകോവിലിന് തെക്കുഭാഗത്തുള്ള തറയിലെ കൂനിമുത്തിയുടെ ശിലാവിഗ്രഹം ഇരിക്കുന്ന നിലയിലാണ്. ഉയരം രണ്ടടി. കൂനിമുത്തിക്ക് സമർപ്പിക്കുന്ന നെല്ലും അരിയും കോലങ്ങളും സ്വീകരിക്കാൻ അവകാശം ചാത്തമലയത്ത് നായർക്കും ചിറയ്ക്കൽ നായർക്കുമാണ്. ഭക്തർ സമർപ്പിക്കുന്ന മൺകോലങ്ങൾ വിഗ്രഹത്തിൽ ലയിക്കുമെന്നാണ് വിശ്വാസം. പാലപ്പുറത്തെ കുംഭാരന്മാർക്കാണ് മുളഞ്ഞൂർ ഭഗവതിക്കുള്ള കോലം നിർമ്മിക്കാൻ അവകാശം. അരിയും നെല്ലുമാണ് ഇവിടെ മറ്റ് പ്രധാന വഴിപാടുകൾ.

കുംഭത്തിലെ അശ്വതി നാളിലാണ് മുളഞ്ഞൂർ ഭഗവതിയുടെ ഉത്സവം (വേല). ഇവിടെ ഉത്സവത്തിന് ആന, കുതിര, തേര്, എന്നിവയൊന്നും പാടില്ല. ഭഗതിയുടെ തട്ടകമായ മുളഞ്ഞൂർ, വേങ്ങശ്ശേരി, അകവുണ്ട, ചേറുപാല, പേരൂർ, പത്തിരിപ്പാല, നെല്ലിക്കുറിശ്ശി, പാലപ്പുറം ദേശങ്ങളിൽനിന്നുള്ള 'കൂറ വരവാണ്' ഇവിടെ പ്രധാനം. അന്നേ ദിവസം ഭക്തർ ക്ഷേത്രത്തിനു പുറത്ത് കാട്ടിൽ അപ്പം, പായസം എന്നിവവെച്ച് (പൊങ്കാല) നിവേദിക്കും. ഇതിനും പുറമെ മീനത്തിലെ മകം നാളിൽ പ്രതിഷ്ഠാദിനവും എടവത്തിലെ അത്തം നാളിൽ പുനഃപ്രതിഷ്ഠാദിനവും ഉദയാസ്തമയ പൂജയോടെ ആഘോഷിക്കാറുണ്ട്. മുളഞ്ഞൂർ വേലയുടെ ആറു ദിവസം മുമ്പ് പൂരം മുളയിടും. മുളഞ്ഞൂർ പറയകോളനിയിൽനിന്നുള്ള പറയെടുപ്പോടെയാണ് ഭരണി വേലയാഘോഷം ആരംഭിക്കുന്നത്. ഭരണി വേല കഴിഞ്ഞ് ഏഴാം ദിവസം നങ്ങ്യാർകൂത്ത് പതിവുണ്ട്. കലക്കത്ത് നങ്ങ്യാരമ്മയ്ക്കാണ് ഇവിടെ കൂത്തിന് അവകാശം. 'ഭരണിപ്പത്ത് പൂരം' എന്നൊരു ചൊല്ലുണ്ട്. മുളഞ്ഞൂർ ഭരണി കഴിഞ്ഞ് പത്താംദിവസമാണ് പ്രസിദ്ധമായ ചിനക്കത്തൂർ പൂരം.

തിരുവില്വാമല

ലക്കിടി പാലത്തിനപ്പുറം പുനർജ്ജനിയുടെ താഴ്വാരം. ഗുഹാമുഖത്തുനിന്ന് പടിഞ്ഞാട്ടു നോക്കുമ്പോൾ, അങ്ങു ദൂരെ മനസ്സിനെ

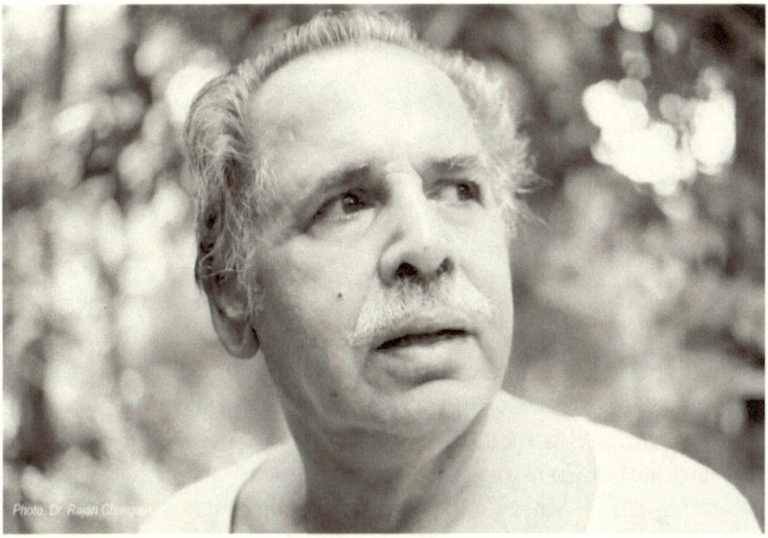

വി.കെ.എൻ.

മോഹിപ്പിക്കുന്ന നേർക്കാഴ്ചയായി നിള. ഗുഹയ്ക്കകത്തോ, പഴമയുടെ ഗന്ധം പേറുന്ന കുറ്റാകൂരിരുട്ടും.

കുഞ്ചന്റെ നാടായ കിള്ളിക്കുറിശ്ശി മംഗലത്തേയും വി.കെ. എന്നിന്റെ തട്ടകമായ തിരുവില്വാമലയേയും ഇരുകരകളിലാക്കി ഭാരതപ്പുഴ താഴോട്ടൊഴുകുന്നു. കിള്ളിക്കുറിശ്ശി മംഗലത്തെ കലക്കത്ത് ഭവനത്തിൽനിന്നാണ് കുഞ്ചൻനമ്പ്യാർ തുള്ളൽവേഷം കെട്ടി വാനോളമുയർന്നത്.

തിരുവില്വാമലയ്ക്കു താഴെയുള്ള 'ഭാരതഖണ്ഡത്തിൽ' മഹാപ്രസ്ഥാനത്തിനു മുമ്പ് പിതൃപ്രീതിക്കായി പഞ്ചപാണ്ഡവർ ബലിയിട്ടതായി പറയപ്പെടുന്നു. പുഴയോരത്ത് അഞ്ചുപേരും ചേർന്ന് പ്രതിഷ്ഠിച്ച ശ്രീകൃഷ്ണ ക്ഷേത്രം കാലാന്തരത്തിൽ 'ഐവർമഠം' എന്ന് പ്രസിദ്ധമായി. പുഴയുടെ മറുകരയിലാണ് ധർമ്മപുത്രർ പ്രതിഷ്ഠ നടത്തിയ സോമേശ്വരം ക്ഷേത്രം. ഈ രണ്ടു ക്ഷേത്രങ്ങൾക്കിടയിലെ ഭൂമി ഭാരതഖണ്ഡവും അതിലൂടെ ഒഴുകുന്ന പുഴ ഭാരതപ്പുഴയുമായി. ഇന്ത്യയിൽ മറ്റൊരു നദിക്കും ഭാരതപ്പുഴ എന്ന് പേരില്ല. കൽപ്പാത്തി, ചിറ്റൂർ പുഴകൾ സംഗമിക്കുന്ന പറളി പാലം മുതൽ, തിരുന്നാവായ നാവാമുകുന്ദ ക്ഷേത്രം വരെയുള്ള ഭൂപ്രദേശമാണ് ഭാരതഖണ്ഡം എന്നൊരു അഭിപ്രായവും കേട്ടിട്ടുണ്ട്. അതിനുകാരണം ഭാരതപ്പുഴയിലെ പഞ്ചസ്നാനഘട്ടങ്ങളായ തിരുവില്വാമല, തിരുവഞ്ചിക്കുഴി, തിരുമിറ്റക്കോട്, തൃത്താല, തിരുനാവായ എന്നീ മഹാക്ഷേത്രങ്ങൾ സ്ഥിതി ചെയ്യുന്ന് ഈ സവിശേഷ ഭൂമികയിലാണ്. ■

ഒറ്റപ്പാലം

ഭാരതപ്പുഴയുടെ വടക്കേക്കരയിലാണ് ഒറ്റപ്പാലം. പഴയ വള്ളുവനാടൻ താലൂക്കിലെ ഒരു ഉപവിഭാഗം മാത്രമായിരുന്ന ഒറ്റപ്പാലം കേരളപ്പിറവിക്കു ശേഷമാണ് സ്വതന്ത്ര താലൂക്ക് പദവി നേടിയത്. ഭാരതത്തിന് അഞ്ചു നയതന്ത്ര പ്രതിനിധികളെ സമ്മാനിച്ചു എന്ന അപൂർവ്വ ബഹുമതിയും ഈ ഒറ്റപ്പാലത്തിനുണ്ട്.

വരിക്കാശ്ശേരി മന

വള്ളുവനാടിന്റെ നിറഞ്ഞ ഐശ്വര്യമാണ് വരിക്കാശ്ശേരി മന. അനങ്ങൻ മലയുടെയും കൂനൻ മലയുടെയും ഇടയിലുള്ള രണ്ടു ദേശങ്ങളാണ് കിഴൂരും മേലൂരും. രാജഭക്തിക്കുള്ള സമ്മാനമായി

വരിക്കാശ്ശേരി മന

കവളപ്പാറ കൊട്ടാരം

വരിക്കാശ്ശേരിയിലെ ഒരു ഉണ്ണിക്ക് സാമൂതിരി ചാർത്തിക്കൊടുത്ത ഭൂപ്രദേശം. ജന്മംകൊണ്ടു ക്ഷത്രിയനല്ലാത്ത സാമൂതിരിക്ക് 'ഹിരണ്യ ഗർഭം' വഴി പൂണൂലും പന്തിഭോജനവും ആവാമെന്ന് ഉപദേശിച്ചത് വരിക്കാശ്ശേരിയാണെന്നൊരു കഥയുണ്ട്. ഒരുപക്ഷേ അന്നാരംഭിച്ചതാവാം ഈ നമ്പൂതിരി കുടുംബത്തിന്റെ സാമൂതിരി ബന്ധം. ഭാരതപ്പുഴയ്ക്ക് തെക്ക് മായന്നൂർ ആയിരുന്നു വരിക്കാശ്ശേരി മനയുടെ മൂലഗൃഹം. കൊച്ചി രാജാവുമായുള്ള എന്തോ തർക്കം കാരണം നാടുവിടേണ്ടിവന്ന വരിക്കാശ്ശേരിക്ക് സാമൂതിരി മനിശ്ശേരിയിൽ അഭയം നൽകി.

കവളപ്പാറ സ്വരൂപം

ഒറ്റപ്പാലത്തിനു പടിഞ്ഞാറ് വാണിയംകുളം. പണ്ട് കവളപ്പാറ സ്വരൂപത്തിന്റെ അധീനത്തിലായിരുന്ന 'വാണിയംകുളം ചന്ത' ഇപ്പോൾ പഞ്ചായത്ത് നിയന്ത്രണത്തിലാണ്. വാണിയംകുളത്തെ വൈശ്യരായ തമിഴ് തെലുങ്ക് ചെട്ടിമാരെ കച്ചവട അഭിവൃദ്ധിക്കായി കവളപ്പാറ മൂപ്പിൽനായർ ഇവിടെ പാർപ്പിച്ചു എന്ന് പറയപ്പെടുന്നു. നൂറ്റാണ്ടുകൾക്കു മുന്നേ തമിഴകത്തുനിന്നും സഹ്യന്റെ പടിഞ്ഞാട്ട് നടന്നു എന്നു വിശ്വസിക്കുന്ന ഒരു കുടിയേറ്റപരമ്പരയുടെ ചരിത്രമാണ് ഇവിടെ ഇതൾ വിരിയുന്നത്. അത്തരം കുടിയേറ്റങ്ങൾക്ക് സഹായകരമാകും വിധമാണ് പാലക്കാട് ചുരവും ചുരത്തിന്റെ അപ്പുറത്തിപ്പുറത്തായി കാവേരിയുടെയും നിളയുടെയും പോഷകനദികളുടെ കൂട്ടിപ്പിണഞ്ഞുള്ള കിടപ്പും എന്ന് നേരത്തേ പറഞ്ഞല്ലോ.

'കൊട്ടാരം വില്പനയ്ക്ക്' എന്ന് ആരോ കോറിയിട്ട മരപ്പലകയുമായി പുതിയ യജമാനനെ കാത്തിരിക്കുകയായിരുന്ന കവളപ്പാറ കൊട്ടാരത്തിന്റെ ഏതാനും ഭാഗം അടുത്തകാലത്താണ് അഗ്നിക്കിരയായത്. 'പാലക്കാട്പാതി കവളപ്പാറ' എന്നൊരു ചൊല്ലുണ്ട്. പാലക്കാട് ജില്ലയിലെ ഏറ്റവും സമ്പന്നമായിരുന്ന ഈ ജന്മി കുടുംബം ഇന്ന് കാലത്തിന്റെ കുത്തൊഴുക്കിനെതിരെ പിടിച്ചുനിൽക്കാനാകാതെ പകച്ചുനിൽക്കുന്നു. പറയിപെറ്റ പന്തിരുകുലത്തിലെ ഏക സ്ത്രീ സന്താനമായ 'കാരയ്ക്കൽ മാതാ'യുടെ വംശംപരമ്പരയാണ് കവളപ്പാറ സ്വരൂപം. മേഴത്തോൾ അഗ്നിഹോത്രിയുടെ കുടുംബവുമായി ഇവർക്ക് പുലബന്ധമുണ്ട്.

ചിനക്കത്തൂർ കാവ്

നിളയുടെ വടക്കേക്കരയിലാണ് പാലപ്പുറം ചിനക്കത്തൂർ കാവ്. തെക്കോട്ട് ദർശനമായ കേരളത്തിലെ അപൂർവ്വം ഭഗവതി ക്ഷേത്രങ്ങളിലൊന്ന്. പാലപ്പുറം, ഏർക്കോട്ടേരി, തെക്കുമംഗലം, വടക്കുമംഗലം, മീറ്റ്ന, ഒറ്റപ്പാലം എന്നീ ഏഴു ദേശക്കാരുടെ ദേവതയാണ് മേലേക്കാവിലമ്മ. കുംഭത്തിലെ മകം (മാഘമകം) നാളിലാണ് ചിനക്കത്തൂർ പൂരം. കേരളത്തിലെ മറ്റൊരു ക്ഷേത്രത്തിലും പതിവില്ലാത്ത വിചിത്രമായ ചടങ്ങുകളോടെയാണ് യുദ്ധപരിവേഷമുള്ള പൂരാഘോഷം. പൂരാഘോഷത്തിന്റെ ഭാഗമായി ദേശക്കാർ കൂട്ടം

ചിനക്കത്തൂർ പൂരം

കൂടി നെഞ്ചത്തടിച്ച് "അയ്യയ്യോ തച്ചുകൊല്ലുന്നേ..., ഓടിവായോ..., വെള്ളം തായോ...!" എന്നെല്ലാം അലമുറയിടാറുണ്ട്. തിരുവില്വാമലയിൽനിന്ന് ശ്രീരാമനെ പേടിച്ച് ഓടിപ്പോന്ന ഭഗവതി, ഭാരതപ്പുഴ നീന്തിക്കടന്ന് പാലപ്പുറം ചിനക്കത്തൂർ കാവിൽ അഭയം തേടിയ ഐതിഹ്യമാണത്രെ ഇതിന്റെ പുറകിൽ.

കുത്താമ്പുള്ളി

ഭാരതപ്പുഴയുടെ തെക്കേക്കരയിലാണ് കുത്താമ്പുള്ളി നെയ്ത്ത് ഗ്രാമം. കുത്താമ്പുള്ളി തെരുവോരങ്ങളിൽ അധികവും 'ദേവാങ്ക' ഭവനങ്ങളാണ്. ഇവ ഓരോന്നും ഓരോ നെയ്ത്തു കേന്ദ്രങ്ങളാണ്. ദേവാങ്കരുടെ ചരിത്രപാരമ്പര്യം താമരനൂലിഴകളായി ഇവിടെ ഊടും പാവും നെയ്യും. പരമശിവന്റെ മൂന്നാം തൃക്കണ്ണിൽനിന്നാണത്രെ ദേവാങ്കരുടെ ആദിപിതാവായ തേവലന്റെ പിറവി. മഹാവിഷ്ണു കനിഞ്ഞുനൽകിയ താമരനൂൽ കൊണ്ടായിരുന്നു തേവലൻ ദേവന്മാർക്ക് വസ്ത്രങ്ങൾ നെയ്തിരുന്നത്. ദേവന്മാരെ ചമയിച്ചൊരുക്കിയിരുന്ന തേവലൻ കാലാന്തരത്തിൽ ദേവാങ്കനായി. കർണ്ണാടകമാണ് ദേവാങ്കരുടെ ആദിതാവളം. അഞ്ചു നൂറ്റാണ്ടുകൾക്ക് മുമ്പ് കൊച്ചി രാജകുടുംബത്തിനാവശ്യമായ പട്ടുവസ്ത്രങ്ങൾ നെയ്യാൻ ഇവർ കുത്താമ്പുള്ളിയിൽ എത്തി. ഈ കുത്താമ്പുള്ളിക്കടവിലേക്കാണ് നിളയുടെ മറ്റൊരു പ്രധാന പോഷകനദിയായ 'ഗായത്രിപ്പുഴ' ഒഴുകിയെത്തുന്നത്.

■

ഷൊർണ്ണൂർ

ഭാരതപ്പുഴയുടെ വടക്കേക്കരയിൽ ഒറ്റപ്പാലത്തിനും പട്ടാമ്പിക്കും ഇടയ്ക്കാണ് ഷൊർണ്ണൂർ. ഇവിടെ കാലം ഒഴുകിതെളിഞ്ഞതാവട്ടെ നിളയോടൊപ്പവും. അങ്ങനെ സംസ്കാരവാഹിയായ നിളയുടെ തീരത്ത് ഒരു ജനപഥം രൂപം കൊണ്ടു. ഇന്നാട്ടിലെ ജനങ്ങളുടെ മനസ്സുപോലെ ഇതുവഴി നിള തെളിഞ്ഞൊഴുകി.

ഈ പുഴയോരത്തുനിന്നും പണ്ട് സ്വർണ്ണം അരിച്ചെടുത്തിരുന്നത്രെ. അങ്ങനെ സ്വർണ്ണം വിളയുന്ന ഊര് സ്വർണ്ണ ഊര്, സൊർണ്ണൂരായി. അത് കാലാന്തരത്തിൽ ഷൊർണ്ണൂരായി. ഈ സ്വർണ്ണ ഊരിലെ ജനങ്ങൾ അക്കാലത്ത് ഹൃദയ നൈർമല്യമുള്ളവരായിരുന്നു. പിൽക്കാലത്ത് പല ദേശക്കാർ ഇവിടെ കുടിയേറിയെത്തി.

ഷൊർണ്ണൂരിലെ ഭാരതപ്പുഴപ്പാലം

എല്ലാവരെയും ഈ മണ്ണ് കൈനീട്ടി സ്വീകരിച്ചു. വന്നവരാരും തിരിച്ചു പോയില്ല. പക്ഷേ വന്നവരുടെ ഇഷ്ടാനിഷ്ടാനങ്ങൾ ഈ സ്വർണ്ണ ഊരിലെ നന്മയുടെ നിറം കെടുത്തി. അതോടെ ഈ സ്വർണ്ണ ഊരിലെ സ്വർണ്ണമെല്ലാം ദൈവം ഇരുമ്പാക്കി മാറ്റി എന്നാണ് കഥ. ഷൊർണ്ണൂരിലും പരിസരത്തും ഇന്നു കാണുന്ന മെറ്റൽ ഇൻഡസ്ട്രികൾ ഈ പഴംകഥയുടെ ഉത്തരകാണ്ഡമാണ്. പിന്നീടെപ്പോഴോ രേഖകളിൽ ഷൊർണ്ണൂരിന്റെ നാമം 'ചെറുവണ്ണൂർ' (ചെരാമണ്ണൂർ) എന്നായി. 'ചെറുവണ്ണൂർ സന്ധി' എന്നാണ് പഴയ റെയിൽവേ രേഖകളിൽ ഷൊർണ്ണൂർ ജങ്ഷന്റെ ഔദ്യോഗിക നാമം.

കവളപ്പാറ സ്വരൂപം

കവളപ്പാറ സ്വരൂപത്തിന്റെ പഴയ ആസ്ഥാനമായിരുന്നു ഷൊർണ്ണൂരിലെ കാരക്കാട് ദേശം. 'കാരക്കാട് കുമരൻ രാമൻ' എന്നാണ് കവളപ്പാറ മൂപ്പിൽ നായരുടെ ഔദ്യോഗിക നാമം. ആ നാടുവാഴിക്കാലത്തും ഇവിടെ ജന്മിമാരായി ദേശമംഗലം, പുറയന്നൂർ, അക്കിരാത്ത്, കോഴിശ്ശേരി, തെക്കേപ്പാട്ട് മനകളുണ്ടായിരുന്നു. അന്ന് ഷൊർണ്ണൂരിലെ ഭൂമിയിലേറെയും അവരുടേതായിരുന്നു.

തീവണ്ടിയുടെ വരവ്

ഷൊർണ്ണൂരിലെ ജനജീവിതത്തിന്റെ ഗതി മാറ്റിയത് 1862ൽ ഇവിടെ തീവണ്ടി എത്തിയതോടെയാണ്. ഇന്ത്യയിൽ തീവണ്ടിയെത്തി ഏഴുവർഷത്തിനകം, 1862 ഏപ്രിൽ 14ന് പോത്തന്നൂർ-പട്ടാമ്പി പാതയിലൂടെ ഈ വഴിക്കുള്ള ആദ്യത്തെ തീവണ്ടി ഓടി. പക്ഷേ 1902 ജൂലൈ 16ന് മാത്രമാണ് ഷൊർണ്ണൂർ കൊച്ചി പാതയിലൂടെ ആദ്യം തീവണ്ടിയോടുന്നത്. അതിനും മുമ്പ് 1867ൽ മലബാറിലെ ഷൊർണ്ണൂരിനേയും കൊച്ചി രാജ്യത്തെ ചെറുതുരുത്തിയേയും ബന്ധിപ്പിച്ച് ഭാരതപ്പുഴയിൽ 'കൊച്ചി പാലം' വന്നു.

കൊച്ചി പാലം

ബ്രിട്ടീഷുകാരാണ് ഷൊർണ്ണൂരിൽ 'കൊച്ചി പാലം' പണിതത്. പാലത്തിലെ രേഖയനുസരിച്ച് 1900ൽ. ആ രേഖ ഇങ്ങനെ.

'COCHRANE & C DUDLEY MADRAS RAILWAY INDENT 870-1900.'

ഭാരതപ്പുഴയിൽ നീരൊഴുക്ക് ഏറ്റവും കുറഞ്ഞ സമയത്തായിരുന്നു പാലംപണി തുടങ്ങിയത്. പക്ഷേ കിഴക്ക് പെയ്ത മഴ, പുഴയിലെ നീരൊഴുക്ക് കൂട്ടി. അതോടെ ഇതിനകം പുഴയുടെ തെക്കേക്കരയിൽ നിർമ്മിച്ച ആദ്യത്തെ തൂൺ അടിത്തറയോടെ ഒഴുകി

കൊച്ചി പാലം തകർന്നപ്പോൾ

പ്പോയി. പാലം പണിയാനെത്തിയവർ പഠിച്ച പണി പതിനെട്ടും പയറ്റിയിട്ടും ആ തൂണിന്റെ 'കരു' ഉറച്ചില്ല. പിന്നീട് 'നരബലി' വേണ്ടി വന്നത്രെ 'കരു' ഉറയ്ക്കാൻ.

നരബലിക്കഥ

അക്കാലത്ത് ഈ പുഴയോരത്ത് താമസിച്ചിരുന്ന ഏതോ ദിവ്യൻ ഉപദേശിച്ചതനുസരിച്ചായിരുന്നു നരബലി. ഭക്ഷണം യാചിച്ച് ചെറുതുരുത്തി അങ്ങാടിയിലൂടെ അലഞ്ഞുനടന്നിരുന്ന ഒരു ഭ്രാന്തിയെ വയറുനിറയെ പഴം നൽകാമെന്നു പറഞ്ഞ് പ്രലോഭിപ്പിച്ച് ആരോ പാലത്തിനടുത്തെത്തിച്ചു. പാലത്തിനുവേണ്ടി കുഴിച്ച കുഴിയിൽ വെച്ച പഴക്കുല അവരോട് ഇറങ്ങി എടുത്തോളാൻ പറഞ്ഞു. പഴം തിന്നാൻ കൊതിച്ച് ആർത്തിയോടെ കുഴിയിലിറങ്ങിയ ഭ്രാന്തിയെ, പാലം പണിയാനെത്തിയവർ ജീവനോടെ മണ്ണിട്ടുമൂടിയാണ് പാലത്തിന്റെ കരു ഉറപ്പിച്ചത്.

രാജാവിനുവേണ്ടി ഒരു പ്ലാറ്റ്ഫോം

മലബാറിൽനിന്ന് കൊച്ചിയിലേക്കുള്ള പ്രവേശന കവാടം എന്ന നിലയ്ക്കാണ് പാലത്തിന് 'കൊച്ചി പാലം' (Cochin Bridge) എന്ന് പേർ ലഭിച്ചത്. ബ്രിട്ടീഷുകാർ പാലം നിർമ്മിച്ചെങ്കിലും പരിപാലന

ചുമതല കൊച്ചി രാജാവിനായിരുന്നു. കൊച്ചി രാജ്യത്ത് തീവണ്ടിയെത്തും മുമ്പ് രാജാവിന്റെ വടക്കോട്ടുള്ള തീവണ്ടിയാത്രകൾ ഷൊർണ്ണൂരിൽ നിന്നായിരുന്നു. പണ്ട് ഷൊർണ്ണൂർ ജങ്ഷനിൽ കൊച്ചി രാജാവിന്റെ യാത്രയ്ക്കു മാത്രമായി ഒരു പ്ലാറ്റ്ഫോം ഒരുങ്ങി. രാജാവ് വരുമ്പോൾ മാത്രമേ ഈ അഞ്ചാം നമ്പർ പ്ലാറ്റ്ഫോം തുറന്നിരുന്നുള്ളൂ.

അക്കാലത്ത് തിരുക്കൊച്ചിയുടെയും മലബാറിന്റെയും അതിരായിരുന്നു ഭാരതപ്പുഴ. കൊച്ചിയിൽ നിന്നും നാടുകടത്താൻ വിധിക്കപ്പെട്ടവരെ പട്ടാളക്കാർ ഈ പാലം കടത്തിവിട്ട് തിരിച്ചുപോകും. 1892ൽ ഷൊർണ്ണൂരിൽ തീവണ്ടിയിറങ്ങിയ സ്വാമി വിവേകാനന്ദൻ, കാളവണ്ടിയേറി തന്റെ തെക്കോട്ടുള്ള യാത്രയാരംഭിച്ചതും ഈ പാലം കടന്നാണ്.

പുതിയ പാലം

കാലപ്പഴക്കത്തോടൊപ്പം ഗതാഗതവർദ്ധനയും കൊച്ചിപ്പാലത്തെ ദുർബലമാക്കി. 2003ൽ പഴയ കൊച്ചിപ്പാലത്തിനു സമാന്തരമായി നിർമ്മിച്ച പുതിയ കൊച്ചിപ്പാലം ഗതാഗതത്തിനു തുറന്നു നൽകി. പുതിയ പാലം വന്നപ്പോൾ പഴയപാലം ചരിത്ര സ്മാരകമാക്കാനായിരുന്നു തീരുമാനം. വാഹന ഗതാഗതം നിരോധിച്ചതോടെ പഴയ കൊച്ചി പാലം കാൽനടയാത്രക്കാരുടെയും സിനിമാക്കാരുടെയും ഇഷ്ടപാതയായി. പക്ഷേ പാലത്തിനടിയിൽ നിന്നുള്ള മണൽവാരലും പാലത്തിന്റെ തൂണിൽ വളർന്നു പന്തലിച്ച ആൽമരങ്ങളും പാലത്തെ കൂടുതൽ ദുർബലമാക്കി. 9-11-2011ന് കൊച്ചി പാലം തകർന്നു വീണു. കൊച്ചി പാലത്തിന്റെ കരിങ്കൽ തൂണുകൾ തകർന്നപ്പോൾ ഇരുഭാഗത്തെയും സ്പാനുകൾ വളരെ സാവധാനത്തിലാണ് പുഴയിലേക്കിരുന്നത്. ജലസമൃദ്ധിയുടെ ഇന്നലെകൾ ഓർമ്മയാക്കി മരണത്തിന്റെ ആഴത്തിലേക്ക് പതുക്കെ ഒരു ജലസമാധി. ■

പട്ടാമ്പി

സാമൂതിരിയെ തുരത്തിയശേഷം ഹൈദർ അലിയുടെ പട്ടാളം പൊന്നാനിയിൽനിന്ന് പാലക്കാട്ടേക്കു തിരിക്കുന്നത് 1766ൽ ആണ്. റോഡ് ഗതാഗതം പരിമിതമായിരുന്ന അക്കാലത്ത് ഹൈദറുടെ യാത്രയേറെയും ഭാരതപ്പുഴയിലൂടെയായിരുന്നു. പട്ടാമ്പിയിലെ ഉറച്ച മണ്ണുകണ്ട് സന്തുഷ്ടനായ ഹൈദർ അവിടെ ഒരു കോട്ട കെട്ടാൻ തീരുമാനിച്ചു.

ചെറുകോട് നൈയ്ത്തന്മാർ

പട്ടാമ്പിക്കടുത്ത 'ചെറുകോട്' ആണ് ഹൈദർ കോട്ട പണിയാൻ സ്ഥലം കണ്ടെത്തിയത്. വർഷങ്ങൾക്കു മുന്നെ കർണാടകത്തിൽ നിന്ന് മരുതൂരിൽ കുടിയേറിയ നൈത്തന്മാരായിരുന്നു ഹൈദർക്ക്

പട്ടാമ്പി പാലം

ഈ സ്ഥലം കാണിച്ചു കൊടുത്തത്. നന്ദിസൂചകമായി ഹൈദർ അവരിൽ ചിലരെ തന്റെ സേനയിൽ അംഗമാക്കി.

ശ്രീരംഗത്തെപ്പോലെ വലിയൊരു കോട്ടയായിരുന്നു ഹൈദറുടെ സ്വപ്നം. കോട്ടയ്ക്കനുയോജ്യമായ വലിയ കല്ലുകൾ ഇവിടെ ലഭ്യമല്ലാതെ വന്നപ്പോൾ അടുത്തുള്ള ക്ഷേത്രമതിൽക്കെട്ടുകൾ പൊളിച്ചെടുത്ത് പണി മുന്നേറി. അന്നേരം മരുതുരെ ഒരു സൂഫിവര്യൻ ഈ കോട്ടയ്ക്കെതിരെ രംഗത്ത് വന്നു. ഹൈദർ അത് ഗൗനിച്ചില്ല. എന്നാൽ ആ ദിവ്യന്റെ ഉപദേശം അവഗണിച്ച് കോട്ടയുടെ നിർമ്മാണവുമായി ഏറെ മുന്നോട്ടു പോകാൻ ഹൈദർക്കായില്ല. ഹൈദറുടെ പട്ടാളത്തിൽപെട്ട പലർക്കും ഇതിനകം വസൂരിരോഗം ബാധിച്ചു. വിശ്വസ്തരായ ചിലർ ഇതിനകം മരണപ്പെട്ടു. അതോടെ ഹൈദർക്ക് കോട്ടയുടെ നിർമ്മാണം ഉപേക്ഷിക്കേണ്ടിവന്നു.

പട്ടാമ്പി എന്ന സ്ഥലനാമം

പട്ടാമ്പിയിൽ കോട്ട പൂർത്തിയാക്കാനാവാതെ പോയത് കേരളത്തിൽ പടയോട്ടത്തിനിറങ്ങിയ ഹൈദർക്കേറ്റ ആദ്യത്തെ തിരിച്ചടിയായിരുന്നു. അങ്ങനെ ഹൈദർ 'പറ്റെ അമ്പിപ്പോയ' സ്ഥലം, പട്ടാമ്പിയായി.

ഹൈദർ കോട്ടകെട്ടാൻ രണ്ടാമത് കണ്ടെത്തിയ സ്ഥലമാണ് 'കോട്ടായി' എന്നു പറഞ്ഞല്ലോ. പക്ഷേ അവിടെയും ഹൈദറുടെ ഉദ്യമം വിജയിച്ചില്ല. മൂന്നാമത്തെ ഉദ്യമം വിജയിച്ചു. അതാണ് ഇന്ന് നാം കാണുന്ന പാലക്കാട് കോട്ട.

രാമഗിരിക്കുന്ന്

പട്ടാമ്പിക്കു കിഴക്ക് കിഴക്ക് ചെറുകോടിനടുത്ത രാമഗിരിക്കുന്നിൽ ഹൈദർ പണിയാരംഭിച്ച കോട്ടയുടെ അവശിഷ്ടങ്ങൾ ഇപ്പോഴുമുണ്ട്. കൂട്ടത്തിൽ ഹൈദറെ അവിടെ കോട്ട കെട്ടുന്നത് വിലക്കിയ സൂഫിവര്യന്റെ ശവകുടീരവും.

പട്ടാമ്പി നേർച്ച

ഹൈദർ പട്ടാമ്പി ഉപേക്ഷിച്ചു പോയപ്പോൾ ഒപ്പം വന്ന നെയ്ത്തന്മാരിൽ പലരും കൂടെ പോയില്ല. അവർ മരുതൂരിൽ തന്നെ തങ്ങി. പക്ഷേ പിന്നീടുള്ള അവരുടെ ജീവിതം വലിയ കഷ്ടത്തിലായിരുന്നു. ഇക്കാലത്താണ് ആലൂർ പൂക്കുഞ്ഞി കോയ തങ്ങൾ ഇവരുടെ രക്ഷകനായി എത്തുന്നത്. ആത്മീയ നേതാവും ദിവ്യനുമായ തങ്ങൾ, ഇവരെ നല്ല നിലയിൽ പുനരധിവസിപ്പിച്ചു. അവർക്ക് നെയ്ത്ത് തുടരാനുള്ള സാമ്പത്തിക സഹായം നൽകി.

1915ൽ ആണ് ആലൂർ പൂക്കുഞ്ഞിക്കോയ തങ്ങളുടെ മരണം. തങ്ങളുടെ ഓർമ്മ ദിനമാണ് പ്രസിദ്ധമായ 'പട്ടാമ്പി നേർച്ച'.

നേതിരിമംഗലം

'നേതിരിമംഗലം' എന്നാണ് പട്ടാമ്പിയുടെ പഴയ ദേശപ്പേര്. 13-ാം നൂറ്റാണ്ടിൽ പള്ളിപ്പുറം ആസ്ഥാനമാക്കി നാടുവാണ നെടുങ്ങേതിരിപ്പാടിന്റെ രാജ്യമാണ് പട്ടാമ്പി ഉൾപ്പെടുന്ന നെടുങ്ങനാട്. ഇട്ടി നേതിരി എന്നൊരു പെരുംപടനായർക്കായിരുന്നു ഈ ദേശത്തിന്റെ ഭരണാധികാരം. ആ ഇട്ടിനേതിരിയിൽ നിന്നാവണം 'നേതിരി മംഗലം' എന്ന സ്ഥലനാമപ്പിറവി.

കൈത്തളി ക്ഷേത്രം

ഭാരതപ്പുഴയോരത്ത് തപസ്സനുഷ്ഠിക്കാൻ പരശുരാമൻ കണ്ടെത്തിയ ശ്രേഷ്ഠ ഭൂമികയാണ് പട്ടാമ്പി. പരശുരാമനു ശേഷം വേറെയും താപസന്മാർ ഈ പുഴയോരത്ത് തപസ്സനുഷ്ഠിച്ചിട്ടുണ്ട്. അവരിലൊരാളാണ് പട്ടാമ്പി കൈത്തളി ക്ഷേത്രത്തിൽ ശിവലിംഗ പ്രതിഷ്ഠ നടത്തിയത്. ഇന്നു കാണുന്ന കൈത്തളി ഏകശിലാ ക്ഷേത്രം പിൽക്കാല നിർമ്മിതിയാണ്. അതുമായി ബന്ധപ്പെട്ട ഐതിഹ്യം ഇങ്ങനെ. ഒറ്റ രാത്രി കൊണ്ട് കേരളത്തിൽ 19 തളി ക്ഷേത്രങ്ങൾ നിർമ്മിക്കാനായിരുന്നു ശിവന്റെ ഭൂതഗണങ്ങൾ നിശ്ചയിച്ചത്.

മഞ്ഞളുങ്ങൽ തളി ക്ഷേത്രം

18 എണ്ണത്തിന്റെ പണി പൂർത്തിയായി. പത്തൊമ്പതാമത്തെതായി പട്ടാമ്പി കൈത്തളിയുടെ പണി മുഴുമിപ്പിക്കും മുമ്പ് കോഴി കൂവി. അതോടെ ഭൂതഗണങ്ങൾ പണിയുപേക്ഷിച്ചു പോയപ്പോൾ, പണി മുഴുമിക്കാത്ത പട്ടാമ്പി കൈത്തളി ക്ഷേത്രം 'അരത്തളി'യായി.

ഓങ്ങല്ലൂർ തളി

ഗന്ധർവ്വയാമം കഴിഞ്ഞപ്പോൾ രാത്രിയുടെ പതിനേഴാമത്തെ കാറ്റുവീശി. അപ്പോഴും ഭൂതത്താൻമ്മാർ തിരക്കിട്ട പണിയിലാണ്. 18 തളിക്ഷേത്രങ്ങളുടെ പണി കഴിഞ്ഞു. യാമക്കോഴി കൂകും മുമ്പ് ഒരു ക്ഷേത്രത്തിന്റെ കൂടി പണിതീർക്കണം. പതിനെട്ടാം ക്ഷേത്രമായ ഓങ്ങല്ലൂർ തളിയുടെ നിർമ്മിതിക്ക് അല്പം സമയം കൂടുതൽ വേണ്ടിവന്നു. അതു കൊണ്ടുതന്നെ അതുവരെ നിർമ്മിച്ച 17 തളി ക്ഷേത്രങ്ങളേക്കാൾ മനോഹരമായി ഓങ്ങല്ലൂർ തളി. ഈ ഗണത്തിലെ അവസാന ക്ഷേത്രമായ 'നേതിരിമംഗലം' അടുത്താണ്. നിമിഷാർദ്ധംകൊണ്ട് ഭൂതത്താന്മാർ നേതിരിമംഗലത്തെത്തി പണിയാരംഭിച്ചു. പക്ഷേ പണി മുഴുമിപ്പിക്കും മുമ്പ് കോഴി യാമഘോഷം മുഴക്കി. അതോടെ ഭൂതത്താന്മാർ പണിയുപേക്ഷിച്ചുപോയി. സൂര്യസാന്നിദ്ധ്യമുള്ള പകൽ, ഭൂതത്താന്മാർക്ക് നിഷിദ്ധമാണ്. അങ്ങനെ പണിമുടിയാത്ത പട്ടാമ്പിയിലെ നേതിരിമംഗലം തളി, 'അരത്തളി' (കൈത്തളി)യായി. തൊട്ടുമുമ്പ് പണിത മഞ്ഞളുങ്ങൽ ജംഗ്ഷനിലെ ഓങ്ങല്ലൂർ തളി, ഈ പതിനെട്ടര തളികളിൽ ഏറ്റവും മനോഹരവുമായി എന്ന് കഥ.

ഭൂതത്താന്മാർ

പുലഹസൃഷ്ടികളായ ഭൂതത്താന്മാർ പ്രാചീന ഭാരതത്തിലെ ഒരു മാനവ ജാതിയത്രെ. നീണ്ട ചെവി, തടിച്ചുതൂങ്ങിയ അധരം, ചുവന്ന കണ്ണ്, വർത്തുളാകൃതിയിലുള്ള പുരികം, ഉഗ്രദംഷ്ട്രകൾ, നീണ്ട നഖം, മുഞ്ജകേശം, കൃശാവയവങ്ങൾ, കപിലവർണം എന്നിവയാണ് ഈ ശിവഭൂതങ്ങളുടെ രൂപവിശേഷം. സംഗീത വിരോധികളായ ഇവർ സർപ്പങ്ങളെ യജ്ഞോപവീതമായി ധരിച്ചിരുന്നു. ശൂലം, ധനുസ്സ്, നീഷംഗം, വരുഥം, വാൾ എന്നിവയാണ് ഇവരുടെ ആയുധങ്ങൾ. ഇവർ നഗ്നരായി ശിവസഭയിൽ ആജ്ഞ കാത്തുനിൽക്കും.

വാമനപുരാണപ്രകാരം ഇവരുടെ എണ്ണം പതിനൊന്നു കോടിയാണ്. ഭൈരവൻ, സ്കന്ദൻ, ശാഖൻ എന്നീ ഭൂതപ്രമുഖന്മാർക്കു കീഴിൽ ഈ ശിവഭൃത്യന്മാർ പല ജോലിക്കും നിയുക്തരാകും. ദേവാസുര യുദ്ധമുണ്ടാകുമ്പോൾ ഇവർ ദേവപക്ഷത്ത് നിൽക്കും.

എന്നാൽ ദക്ഷന്റെ യജ്ഞാവസരത്തിൽ ഇവർ അസുരപക്ഷം ചേർന്നു. അതോടെ ഇവർക്ക് ഉത്തരഭാരതത്തിലെ 'ഭൂതഗ്രാമം' ഉപേക്ഷിച്ച് ദക്ഷിണഭാരതത്തിലേക്ക് പോരേണ്ടിവന്നു. വൈവസ്വത മന്വന്തരത്തോടുകൂടി ഇവർ തികച്ചും ദക്ഷിണഭാരതീയരായി എന്നാണ് പറയപ്പെടുന്നത്. ഒരുപക്ഷേ അക്കാലത്തായിരിക്കാം ഓങ്ങല്ലൂരിലേതടക്കം കേരളത്തിലെ പതിനെട്ടര തളിക്ഷേത്രങ്ങളുടെ നിർമ്മിതി. പട്ടാമ്പിയിലും പരിസരത്തുമായി മൂന്ന് കി.മീ. ചുറ്റളവിൽ 4 തളി ക്ഷേത്രങ്ങളുണ്ട്.

ഒറ്റരാത്രികൊണ്ട് ഭൂതത്താന്മാർ പതിനെട്ടര തളികൾ നിർമിച്ചു എന്ന പുരാവൃത്തത്തോട് ചരിത്രകാരന്മാർ യോജിക്കുന്നില്ല. കാലാകാലങ്ങളിൽ ഇവിടെ നാടുവാണ രാജാക്കന്മാരാണ് ഈ ക്ഷേത്ര നിർമ്മിതിക്കു പിന്നിൽ എന്നാണ് അവർ അഭിപ്രായപ്പെടുന്നത്. ഓങ്ങല്ലൂർ തളിയുടെ നിർമ്മാണം എ.ഡി. 11-ാം നൂറ്റാണ്ടിലാണെന്ന് ചരിത്രകാരനായ എസ്. രാജേന്ദു തറപ്പിച്ചു പറയുന്നു. എങ്കിൽ നെടുങ്ങനാട് വാണ ഏതോ നെടുതിരിപ്പാടിന്റെ കാലത്താവണം ഈ ക്ഷേത്ര നിർമ്മിതി. ഇന്നത്തെ 'മേലേ പട്ടാമ്പി' ആണ് പഴയ നേതിരിമംഗലം.

കഥകളെന്തായാലും കേരളീയ വാസ്തുവിദ്യാ വൈദഗ്ദ്ധ്യത്തിന്റെ കേദാരമെന്നോണം കാലാതിവർത്തിയായി നിലകൊള്ളുന്നു മഞ്ഞളുങ്ങൽ ജംഗ്ഷനിലെ ഓങ്ങല്ലൂർ തളി ക്ഷേത്രം. അമ്പരപ്പിക്കുന്ന ആകാരഭീകരതയാണോ ശില്പ സൗകുമാര്യമാണോ അവഗണനയുടെ ദുഃഖം പേറുന്ന ഈ ക്ഷേത്രഭംഗിക്കു പുറകിൽ..? അതെന്തായാലും ഇവിടെ മോഹനശില്പങ്ങൾ തീർത്ത അജ്ഞാതശില്പികളെ നമുക്ക് നമിക്കാം. ഓങ്ങല്ലൂർ തളിക്ഷേത്രം ചരിത്രപഥത്തിലെ വെറുമൊരു സ്മാരകശിലയല്ല. അത് ഒരു കാലഘട്ടത്തിന്റെ അടയാള ചിഹ്നമാണ്. ചരിത്ര പുരാവൃത്തങ്ങൾക്കിടയിൽ അനേകം ശുഭസൂചനകൾ ഉൾക്കൊള്ളുന്ന മഹാമൗനത്തിന്റെ നിശ്ശബ്ദപ്രതീകം.

■

കണ്ണനൂർ

കണ്ണന്റെ ഊരാണ് കണ്ണനൂർ. പട്ടാമ്പി തൃത്താല റോഡരികിൽ, ഭാരതപ്പുഴയുടെ തെക്കേക്കരയിലാണ് 108 ദുർഗ്ഗാലയങ്ങളിലൊന്നായ കണ്ണനൂർ ഭഗവതി ക്ഷേത്രം. പുഴയിൽ നിഴൽവീഴ്ത്തി പരിസര ത്തോട് ഏറ്റവും ഇണങ്ങും വിധമാണ് ക്ഷേത്രത്തിന്റെ രൂപകല്പന. നോട്ടം, ശിലാലിഖിതം, എന്ന് നിന്റെ മൊയ്തീൻ തുടങ്ങി ഒട്ടേറെ മലയാളം സിനിമകളിൽ ഈ ക്ഷേത്രമുറ്റം പശ്ചാത്തലമായിട്ടുണ്ട്.

ഊരകത്തമ്മ

ജ്യേഷ്ഠാ ഭഗവതി ആരാധനാമൂർത്തിയായ അപൂർവ്വം ക്ഷേത്ര ങ്ങളിലൊന്നാണ് കണ്ണനൂർ ഭഗവതി ക്ഷേത്രം. അതേ സമയം കിഴ ക്കോട്ടു ദർശനമായ ദുർഗ്ഗാഭഗവതി(ഊരകത്തമ്മ)യാണ് ഇവിടെ

കണ്ണനൂർ ഭഗവതിക്ഷേത്രം

പ്രധാന മൂർത്തി. ഇടതും വലതും ഭാഗത്തെ ശ്രീകോവിലുകളിൽ ജ്യേഷ്ഠാഭഗവതിയും കൃഷ്ണനും (വിഷ്ണു) കുടികൊള്ളുമ്പോൾ, നടുവിലെ ചതുര ശ്രീകോവിലിലാണ് ഊരകത്തമ്മ തിരുവടി.

പെരുവനം ഗ്രാമക്കാർ

എന്തോ കാരണത്താൽ കൊച്ചി രാജാവുമായി പിണങ്ങി പെരുവനം ഗ്രാമം വിട്ട 32 നമ്പൂതിരി ഇല്ലക്കാർ തൃത്താലയ്ക്കടുത്ത കണ്ണനൂർ ദേശത്ത് എത്തി. ഇവർ പിന്നീട് കണ്ണനൂർ ക്ഷേത്രം ഊരാളന്മാരായ കഥ ഇങ്ങനെ. മുഖ്യഊരാളരായ തെക്കേടത്തു മനയ്ക്കലെ ഒരു അന്തർജ്ജനത്തിന്റെ ഓലക്കുടപ്പുറത്തേറി ഊരകത്തമ്മ കണ്ണനൂരിൽ എത്തി എന്നാണ് പറയപ്പെടുന്നത്. അതിനു മുന്നെ കൃഷ്ണനും ജ്യേഷ്ഠാഭഗവതിയുമായിരുന്നു കണ്ണനൂരിൽ ഉണ്ടായിരുന്നത്.

വിഗ്രഹധ്വംസനം

ജ്യേഷ്ഠാഭഗവതിയെ തൊഴാൻ ഇഷ്ടക്കേടുള്ള പെരുവനം നമ്പൂതിരിമാരിൽ ചിലർ കണ്ണനൂരെ ജ്യേഷ്ഠാഭഗവതിയുടെ വിഗ്രഹം പിഴുതെടുത്ത് ഭാരതപ്പുഴയിലേക്കെറിഞ്ഞു. വിഗ്രഹം വീണ സ്ഥലത്ത് പുഴയിൽ വലിയൊരു കയം രൂപം കൊണ്ടു. വിഗ്രഹധ്വംസനത്തോടെ നാട്ടിൽ അനർത്ഥം പെരുകി. അതോടെ ഒരു വിഭാഗം നമ്പൂതിരിമാർ പുഴയിൽനിന്ന് വിഗ്രഹം വീണ്ടെടുത്ത് പുനഃപ്രതിഷ്ഠ നടത്തി. പക്ഷേ മറുവിഭാഗം വിഗ്രഹം വീണ്ടും പുഴയിലെറിഞ്ഞു. അങ്ങനെ 12 തവണ വിഗ്രഹം പുഴയിലെറിഞ്ഞു എന്നാണ് പറയപ്പെടുന്നത്. അതോടെ കണ്ണനൂർ ക്ഷേത്രത്തിനു മുന്നിൽ ഭാരതപ്പുഴയിലെ ഏറ്റവും വലിയ കയം രൂപം കൊണ്ടു 'കണ്ണനൂർ കയം'.

ഇതിനകം വിഗ്രഹധ്വംസനത്തിന് കൂട്ടുനിന്ന 24 ഇല്ലങ്ങളും അന്യം നിന്നു പോയി. ഭഗവതിയെ പുഴയിൽനിന്ന് വീണ്ടെടുത്ത എട്ട് ഇല്ലക്കാർ (തെക്കേടം, അരിക്കത്ത്, അക്കൂരത്ത്, ഉറിയംമഠം, മോഴികുന്നം, എടമന, പന്നിശ്ശേരി, തൃക്കഴിപ്പുറം) പിൽക്കാലത്ത് കണ്ണനൂർ ക്ഷേത്രം ഊരാളരായി.

ഈഹാപുരേശ്വരി

കണ്ണനൂർ ഭഗവതിയുടെ അനുജത്തിയാണ് പെരുമുടിയൂർ ഈഹാപുരേശ്വരി. പുഴയ്ക്ക് അക്കരെയിക്കരെ ആയിട്ടാണ് ഈ രണ്ടു ഭഗവതിമാരുടെയും ഇരിപ്പ്. രണ്ടിടത്തും പൂരം ഒരേ ദിവസമാണ്. അന്നേ ദിവസം ഭാരതപ്പുഴയിലെ ആറാട്ടുകടവിൽ വെച്ചാണ് ജ്യേഷ്ഠാനുജത്തിമാരുടെ കൂടിക്കാഴ്ച. മീനത്തിലെ മകയിരം നാളിൽ കൊടിയേറി ഉത്രം നാളിലാണ് ആറാട്ട്.

കോഴിപ്പരൽ

കോഴിപ്പരൽ

കണ്ണനൂർ കയത്തിലെ 'കോഴിപ്പരൽ' ഭാരതപ്പുഴയുടെ മറ്റൊരു വരദാനമാണ്. 250 കി.മി. നീളമുള്ള ഭാരതപ്പുഴയിലെ ഏറ്റവും ആഴ മേറിയ സ്ഥലമായിരുന്നു ഭഗവതി ആറാട്ടിനിറങ്ങുന്ന കണ്ണനൂർ കയം. ഭാരതപ്പുഴയിലെ രൂക്ഷമായ മണലെടുപ്പിൽ കണ്ണനൂർ കയവും ഇല്ലാതായി. മണലിനോടൊപ്പം കയത്തിലെ കോഴിപ്പരലും കയ റ്റിയപ്പോൾ നമുക്ക് നഷ്ടപ്പെട്ടത് നിളയുടെ മറ്റൊരു പൈതൃകം.

അഷ്ടബന്ധക്കൂട്ട്

കണ്ണനൂർ ക്ഷേത്രം മുതൽ പട്ടാമ്പി പാലം വരെയുള്ള പുഴയോ രത്ത് മാത്രമാണ് കോഴിപ്പരലിന്റെ സാന്നിധ്യമുള്ളത്. ലോകത്ത് മറ്റൊരിടത്തുനിന്നും ഇത്രയും ഗുണമേന്മയുള്ള കോഴിപ്പരൽ ലഭ്യ മല്ല. അസാധാരണമാംവണ്ണം ഒട്ടിപ്പിടിക്കാനുള്ള കഴിവാണ് കോഴി പ്പരലിന്റെ മഹത്ത്വം. അഷ്ടബന്ധക്കൂട്ടിന്റെ പ്രധാന ഘടകമാണ് കോഴിപ്പരൽ. നർമ്മദ നദിയിലെ ബാണലിംഗം, ഗണ്ഡകീ നദിയിലെ സാളഗ്രാമം എന്നിവയാണ് കോഴിപ്പരലിന്റെ ഗണത്തിൽപ്പെട്ടുന്ന മറ്റു പുഴ പെബിളുകൾ (ചരൽക്കല്ല്).

ശ്യേനചിതി

വിവാനെറ്റ് എന്ന അപൂർവ്വ ധാതു അടങ്ങിയ കോഴിപ്പരൽ രസ തന്ത്രപ്രകാരം 'അയേൺ ഫോസ്ഫേറ്റ് ഹൈഡ്രേറ്റ്' ആണ്.

ഭീമാകാരമായ 3000 ഇഷ്ടികകൾ കൊണ്ടു പടുക്കുന്ന അതിരാത്രത്തിലെ 'ശ്യേനചിതി'(ഗരുഡവേദി)യുടെ ഇടയിൽ ചില പ്രത്യേക സ്ഥാനത്ത് മന്ത്രപൂർവ്വം കോഴിപ്പരൽ സ്ഥാപിക്കും. ആ ശ്യേന ചിതി മേൽ തുടർന്നു നടക്കുന്ന പ്രത്യേക ഹോമങ്ങളുടെ ചൂടേറ്റ് കോഴിപ്പരൽ ഉരുകി ഇഷ്ടികകൾ ഒട്ടിച്ചേരും. 1956ൽ നടന്ന അതിരാത്രത്തിന്റെ ശ്യേനചിതി വലിയ കേടുപാടുകളൊന്നും കൂടാതെ ഇന്നും പാഞ്ഞാളിൽ കാണാം.

കണ്ണനൂർ കയത്തിലെ പാറകൾക്കുമേൽ പറ്റിപ്പിടിച്ച നിലയിൽ പണ്ട് ധാരാളം കുരിടും കക്കയും ഉണ്ടായിരുന്നു എന്നാണ് കേട്ടിട്ടുള്ളത്. കോഴിപ്പരലുകൾ ഒന്നുകിൽ അവയുടെ ഫോസിലുകൾ ആവാം. അല്ലെങ്കിൽ അവയുടെ വിസർജ്ജ്യം കയത്തിലെ പ്രത്യേക തരം ചെളിയുമായി ചേർന്ന് രൂപം കൊണ്ട പെബിൾസ് ആവാം. ജലജീവികളിൽനിന്ന് കൊഴിഞ്ഞുണ്ടായ സാധനം കോഴിപ്പരലായതാവാം. അല്ലെങ്കിൽ പൂഴിപ്പരൽ കോഴിപ്പരലായതാവാം. ■

തൃത്താലത്തനിമ

ആയിരത്തിയഞ്ഞൂറ് വർഷം മുമ്പ് ഭാരതപ്പുഴ ഒഴുകിയിരുന്നത് ഇതു വഴിയായിരുന്നില്ല എന്നാണ് കേട്ടിട്ടുള്ളത്. തൃത്താലയിൽനിന്നും നേരെ പടിഞ്ഞാട്ടൊഴുകി, പൊന്നാനി അഴിമുഖത്തെത്തും വിധമായിരുന്നു അന്ന് ഭാരതപ്പുഴയുടെ സഞ്ചാരപഥം.

മേഴത്തോൾ അഗ്നിഹോത്രി

പറയിപെറ്റ പന്തിരുകുലത്തിലെ ഒന്നാമൻ മേഴത്തോൾ അഗ്നിഹോത്രിയെ എടുത്തു വളർത്തിയ വേമഞ്ചേരി മന തൃത്താലയിലാണ്. പുഴയിൽ നീരൊഴുക്ക് കുറഞ്ഞ ഒരു ദിവസം വളർത്തമ്മയോടൊപ്പം ഭാരതപ്പുഴയിൽ കുളിക്കാൻ പോയ ബാലനായ അഗ്നി

വേമഞ്ചേരി മന

തൃത്താല കടവ്

ഹോത്രി അമ്മയുടെ താളിക്കിണ്ണത്തിൽ ഭാരതപ്പുഴയിലെ മണൽ കൊണ്ട് ശിവലിംഗ പ്രതിഷ്ഠ നടത്തി.

'അയ്യോ ഉണ്ണി എന്തു പണിയാ ഈ കാണിച്ചത്. പുഴയിൽ വെള്ളം കൂടുമ്പോൾ എല്ലാം ഒലിച്ചുപോവില്ലേ...?' എന്ന് അമ്മ വേവലാതിപ്പെട്ടപ്പോൾ, ഒരു ചുള്ളിക്കമ്പുകൊണ്ട് അഗ്നിഹോത്രി പുഴയുടെ ഗതി വരച്ചുമാറ്റി എന്നൊരു ഐതിഹ്യമുണ്ട്. അന്നുമുതൽ ക്കാണത്രെ ഭാരതപ്പുഴ ഇന്നു കാണുന്ന സഞ്ചാരപഥം സ്വീകരിച്ച് ആനക്കര, കുറ്റിപ്പുറം, തിരുന്നാവായ, ചമ്രവട്ടം, പൊന്നാനി വഴി അറബിക്കടലിലേക്ക് ഒഴുകാൻ തുടങ്ങിയത്.

തൃത്താലത്തേവർ

ബാലനായ അഗ്നിഹോത്രിയുടെ ആറ്റുമണൽ പ്രതിഷ്ഠയാണ് ഇന്നത്തെ തൃത്താല തേവർ. തിരുതാലത്തിലെ പ്രതിഷ്ഠ ഏറ്റു വാങ്ങിയ ഭൂമി കാലാന്തരത്തിൽ 'തൃത്താല' എന്ന് അറിയപ്പെട്ടു. മരക്കുറ്റി കൊണ്ട് അഗ്നിഹോത്രി ഭാരതപ്പുഴയുടെ ഗതി വരച്ചു മാറ്റിയ കടവ്, 'വരണ്ടുറ്റിക്കടവ്' എന്ന വി.കെ. കടവായി.

വെള്ളിയാങ്കല്ല്

മേഴത്തോൾ അഗ്നിഹോത്രി 99 യാഗം നടത്തിയ യജ്ഞഭൂമി യാണ് തൃത്താല. അഗ്നിഹോത്രിയുടെ നൂറാമത്തെ യാഗം ദേവേന്ദ്രൻ

തടഞ്ഞു എന്നാണ് കഥ. അഗ്നിഹോത്രിയുടെ യാഗവേദിയായ യജ്ഞേശ്വരം ക്ഷേത്രവും അഗ്നിഹോത്രി മുണ്ടുവിരിച്ചപാട് ഏറ്റു വാങ്ങിയ 'വെള്ളിയാങ്കല്ലും' ആയിരത്തിയറനൂറിലേറെ വർഷത്തെ പഴക്കമുള്ള തൃത്താല വേമഞ്ചേരി മനയും ഭാരതപ്പുഴയോരത്തെ ഐതിഹ്യസ്മാരകങ്ങളാണ്.

വൈദ്യമഠം

തൃത്താലയ്ക്കു തെക്ക് മേഴത്തൂർ അംശത്തിലെ വൈദ്യമഠം ഇല്ലം. സ്വന്തം യാഗം തുടങ്ങി അഗ്നിഹോത്രി നിയോഗിച്ച ശാലാ വൈദ്യന്മാർ. യാഗശാലയിലെ അശ്വനീദേവന്മാരുടെ പ്രതിനിധി. ഇന്നും പരിപാലിച്ചു പോരുന്ന മറ്റൊരനുഷ്ഠാനം.

കുമ്മട്ടിക്കാവ്

മേഴത്തോൾ അഗ്നിഹോത്രിയുടെ ഇല്ലത്തുനിന്ന് വിളിപ്പാടകല ത്തിൽ അരിക്കുന്നിനോട് ചേർന്ന് ഈരാറ്റിങ്ങൽ കോളനി എന്നറി യപ്പെടുന്ന പാക്കനാർ കോളനി. അവിടെ 18 വീടുകളിലായി പാക്ക നാരുടെ പിൻഗാമികൾ.

യജ്ഞേശ്വരത്തിനും ഈരാറ്റിങ്ങൽ കോളനിക്കും ഇടയ്ക്കാണ് പാക്കനാരുടെ 'കുമ്മട്ടിക്കാവ്'. പുഴയ്ക്കക്കരെനിന്ന് പൂവിറുത്ത് കുമ്മട്ടിക്കാവിൽ തൊഴുതാണ് പാക്കനാർ ദിവസവും പണിക്ക് പോകാറ്. ഒരു നാൾ പുഴ നീന്തി ഇക്കരയെത്തിയപ്പോൾ പാക്ക നാർക്ക് വലിയ ക്ഷീണം തോന്നി. അന്നേരം കയ്യിലുള്ള കാഞ്ഞിര വടി പുഴയോരത്ത് താഴ്ത്തി, അതിൽ ചാരി പാക്കനാർ വിശ്രമിച്ചു. നിലത്തു താഴ്ത്തിയ കാഞ്ഞിരവടിക്ക് ഇതിനകം വേരുമുളച്ചു. കിഴക്കോട്ടു വളർന്നു വലുതായ കൊമ്പിൽ ഇല കിളിർത്ത് പാക്ക നാർക്ക് തണലേകി. ആ ഇരുപ്പിലിരുന്ന് പാക്കനാർ സമാധിയായെ ന്നാണ് കഥ.

ഉപ്പുകൂറ്റൻ

അഗ്നിഹോത്രിക്കും പാക്കനാർക്കും പുറമെ വള്ളോൻ, വടുതല നായർ, ഉപ്പുകൂറ്റൻ, രജകൻ എന്നീ പന്തിരുകുല കഥാപാത്രങ്ങളുടെ പിൻഗാമികളേയും തൃത്താലയിൽ കാണാം. ജാതി ചിന്തയ്ക്കതീത മായി മനുഷ്യസ്നേഹത്തിന്റെ മഹാസന്ദേശമാണ് ഇവർ അവരുടെ ജീവിതം കൊണ്ട് നമ്മെ പഠിപ്പിച്ചത്.

തൃത്താല ശൈലി

പ്രപഞ്ചത്തിന്റെ സ്പന്ദനതാളമറിഞ്ഞ കുറെ കലാകാരന്മാർ തൃത്താലയെ താളത്തിന്റെ അനശ്വര സങ്കേതമാക്കി. അവരിലൂടെ

തായമ്പകയിലെ പടിഞ്ഞാറൻ ചിട്ട, 'തൃത്താല ശൈലി' എന്ന് പ്രസിദ്ധമായി. ആ തൃത്താല ശൈലിയുടെ അമരക്കാരനായിരുന്നു തൃത്താല കുഞ്ഞികൃഷ്ണ പൊതുവാൾ. ചെണ്ടയെന്ന അസുര വാദ്യത്തെ ദേവസന്നിധിയിലെത്തിച്ച തൃത്താല കേശവന്റെ അമ്മാവൻ. നിളയോരത്ത് 'നിലാവഭ്യാസം' നടത്തിയ കേശവന്റെ പിൻമുറക്കാർ നിത്യസാധകത്തിലൂടെ ഇന്നും തൃത്താലത്തേവരെ പള്ളിയുണർത്തും.

ആലൂർ കളരി

സാമൂതിരിയുടെ കൊട്ടാരം ജ്യോത്സ്യന്മാരായിരുന്ന ആലൂർ പണിക്കന്മാരുടെ 'നല്പത്തീരടി പന്തീരടി' കളരിയാണ് തൃത്താലയ്ക്ക് പടിഞ്ഞാറ്. മാമാങ്കത്തിനും അരിയിട്ടുവാഴ്ച്ചയ്ക്കും മുഹൂർത്തം കുറിച്ചിരുന്നത് ആലൂർ കണികൾ ആയിരുന്നു. ശ്രേഷ്ഠമായ ആ ജ്യോതിഷ പരമ്പരയുടെ പിൻതലമുറക്കാരനായ ആലൂർ ഉണ്ണിപ്പണിക്കരുടെ പിഴയ്ക്കാത്ത പ്രവചനങ്ങൾക്ക് കാതോർത്ത് അനേകർ ഈ തറവാട്ടു മുറ്റത്ത് എത്തിയിരുന്നു. ആലൂർ പണിക്കർ ഗണിച്ച നഷ്ടജാതക പ്രകാരം ദ്വാപരയുഗത്തിലെ 843370-ാം മാണ്ടിൽ എടവത്തിലെ രോഹിണിനക്ഷത്രത്തിലാണ് ഭാരതപ്പുഴയുടെ ജനനം. ■

കുമരനെല്ലൂർ

മമ്മളി മനയ്ക്കലെ പത്തനാടി നാവാമുകുന്ദനെ തൊഴുത് ഇല്ല ത്തെത്തി മുറ്റത്ത് മറക്കുട വെച്ചപ്പോൾ, അതിൻമേൽ ശുഭ്രവസ്ത്ര ധാരിയായ ഒരു സ്ത്രീയും പുരുഷനും. ഉപസ്ഥാനത്തിന് കുളത്തി ലേക്കു പുറപ്പെട്ട ചെമാരിയും കണ്ടു, അവരെ. തിരുന്നാവായ നാവാ മുകുന്ദ സന്നിധിയിലെ ആലിൻ കൊമ്പത്തുനിന്നും വിശപ്പടക്കാൻ ദേവോച്ഛിഷ്ടം യാചിച്ചെത്തിയ ആ ബ്രഹ്മരക്ഷസ്സിനേയും ബ്രഹ്മ കാളിയേയും ഇല്ലത്തെ അയ്യപ്പൻകാവിലെ ആലിന്മേൽ ചെമാരി കുടിയിരുത്തി. നിത്യവും ഭഗവതിക്കു നേദിച്ച നറുക്കില നിവേദ്യ ങ്ങളിൽ രണ്ടെണ്ണം പത്തനാടി പാതിയാംപുറത്ത് വെയ്ക്കും. ആ ദേവോച്ഛിഷ്ടം ഭക്ഷിച്ച് ബ്രഹ്മരാക്ഷസനും ബ്രഹ്മകാളിയും ഇല്ലത്തെ ആലിൻ കൊമ്പത്ത് വാസമാരംഭിച്ചതോടെ മമ്മളി മനയ്ക്കൽ സമ്പത്തും സന്തതിയും ശ്രേയസ്സും ആവോളം പെരുകി. ഈ മമ്മളി തറവാട്ടിലാണ് പിന്നീട് 10 തലമുറകൾ 'അഗ്നി' എന്ന അതിരാത്രം നിർവഹിച്ചത്. അതോടെ ഇല്ലപ്പേര് 'അഗ്നിപ്പത്ത്' എന്നായി. അഗ്നി പ്പത്ത് കാലാന്തരത്തിൽ അക്കിത്തത്ത് ആയി എന്ന് പുരാവൃത്തം.

കലയും കവിതയും മനസ്സിൽ സൂക്ഷിച്ചവർ

അണയാത്ത അഗ്നിയോടൊപ്പം തലമുറ തലമുറകളായി കലയും കവിതയും മനസ്സിൽ സൂക്ഷിച്ചവരാണ് അക്കിത്തത്ത് മനക്കാർ. ശുകപുരം ഗ്രാമത്തിലെ യാഗാധികാരമുള്ള അഷ്ടഗൃഹക്കാരിൽ ഒരു പ്രധാന കുടുംബം. വാസ്തുവിദ്യാ വൈദഗ്ദ്ധ്യത്തിന്റെ കേദാരമായ അവരുടെ വാസസ്ഥലങ്ങളെ വലംവെയ്ക്കുമ്പോൾ, സമൂഹമന സ്സിനെ വിസ്മയസ്മൃതിയിലേക്കുയർത്തുന്ന ഒരുപാട് കഥകൾ മയിൽപ്പീലി ചന്തത്തോടെ നമുക്കു മുന്നിൽ ഇതൾ വിരിയും.

അക്കിത്തത്തു മന

കേരളത്തിന്റെ നിറഞ്ഞ ഐശ്യരമാണ് നഷ്ടപ്രതാപത്തിന്റെ കഥ കൾ അയവിറക്കുന്ന അക്കിത്തത്തു മന. കേരളീയ വാസ്തുവിദ്യയുടെ

അക്കിത്തം മന

കേദാരമെന്നോണം നമ്മുടെ സാംസ്കാരികത്തനിമയുടെ പെരുമ്പറ മുഴക്കി, പതിനായിരം ചതുരശ്ര അടിയോളം വിസ്തൃതിയിൽ ആ മന തലയുയർത്തി നിൽക്കുന്നു. കുമരനെല്ലൂരിലെ അമേറ്റിക്കരയിൽ. പരിപാലനത്തിനുള്ള വിഷമം കാരണം പ്രധാന നാലുകെട്ട് നില നിർത്തി പുറത്തെ പത്തായപ്പുരകളും ഉപഭവനങ്ങളും 40 വർഷം മുമ്പ് പൊളിച്ചുമാറ്റി.

ഇരുനൂറിലധികം വർഷം പഴക്കമുണ്ട് ഇന്നു നാം കാണുന്ന അക്കിത്തത്ത് മനയ്ക്ക്. മഹാകവി അക്കിത്തം അച്യുതൻ നമ്പൂതിരിയുടെ നാലാമച്ഛൻ, അക്കിത്തം നാരായണൻ നമ്പൂതിരിയുടെ കാലത്താണ് ഈ കെട്ടിടം പണികഴിച്ചത്. പാലക്കാട് ജില്ലയുടെ പടിഞ്ഞാറെ അതിർത്തിയിലാണ് അക്കിത്തത്ത് മനയുടെ ആസ്ഥാനമായ കുമരനെല്ലൂർ അംശത്തിലെ അമേറ്റൂർ ദേശം. 'മമ്മളി അമേറ്റൂർ ആക്കിത്തത്ത്' എന്നാണ് മനയുടെ മുഴുവൻ പേര്.

കുറ്റിപ്പുറത്തുനിന്ന് കുമരനെല്ലൂർക്ക്

കേരളപ്പഴമയോളം ചരിത്രം അവകാശപ്പെടാവുന്ന അക്കിത്തത്തു മനയുടെ ആസ്ഥാനം പണ്ട് കുറ്റിപ്പുറത്തിനടുത്ത 'മമ്മളി'യിലായിരുന്നത്രെ. അതേസമയം മന പണ്ട് തൃപ്പുണിത്തുറയിൽ ആയിരുന്നു എന്നും കഥയ്ക്ക് ഒരു പാഠഭേദവും കേട്ടിട്ടുണ്ട്. 'യണ്ലുക്ക് സംഗ്രഹം' എന്ന സംസ്കൃത ഗ്രന്ഥം രചിച്ച അക്കിത്തം നാരായണൻ നമ്പൂതിരിയെക്കുറിച്ച്, ഉള്ളൂരിന്റെ 'കേരള സാഹിത്യ ചരിത്രത്തിൽ'

പരാമർശമുണ്ട്. തൃപ്പൂണിത്തുറ കോന്നാത്ത് അക്കിത്തം നാരായണ നെയാണ് മേൽ കൃതിയുടെ കർത്താവായി ഉള്ളൂർ ചൂണ്ടിക്കാട്ടുന്നത്. ഇത് അക്കിത്തത്ത് മന പണ്ട് തൃപ്പൂണിത്തുറയിൽ ആയിരുന്നു എന്ന് കരുതാൻ കാരണമാകുന്നു. നാരായണൻ എന്നത് അക്കിത്തത്ത് മനയിലെ പാരമ്പര്യപ്പേരാണ്. എല്ലാ തലമുറയിലും ഒരു അക്കിത്തം നാരായണൻ ഉണ്ടാകും. സാമൂതിരിയും കൊച്ചിയും തമ്മിലുള്ള വഴക്കിനെ തുടർന്നാവണം മനയുടെ ആരൂഢ മാറ്റം.

എക്കാലത്തും കൊച്ചിയുടെ വിശ്വസ്തരായിരുന്നു അക്കിത്തത്ത് മനക്കാർ. ഇന്നു കാണുന്ന അക്കിത്തത്തുമനയുടെ പണിക്ക് ഉപയോഗിച്ച മരമത്രയും ഒരു കൊച്ചി രാജാവ് സൗജന്യമായി നൽകിയതാണ്.

എട്ടുകെട്ട്

എട്ടുകെട്ട് എന്നറിയപ്പെടുന്ന, രണ്ടു നടുമുറ്റങ്ങളോടുകൂടിയ പടുകൂറ്റൻ കെട്ടിട സമുച്ചയമായിരുന്നു പഴയ അക്കിത്തത്തു മന. പുറത്തെ പത്തായപ്പുരകളും രണ്ടു നാലുകെട്ടും തൊഴുത്തും 1988ൽ പൊളിച്ചു. പൊളിച്ചുമാറ്റിയ പടിഞ്ഞാറെ പത്തായപ്പുര അതേപോലെ മനപ്പറമ്പിന്റെ പടിഞ്ഞാറെ കോണിൽ പുനഃസൃഷ്ടിച്ചു. അതാണ് 'ദേവായനം'. മഹാകവി അക്കിത്തത്തിന്റെ വാസസ്ഥലം. ദേവായനത്തിന്റെ അകത്തളത്തിലിരുന്നു കവി പാടി 'വെളിച്ചം ദുഃഖമാണുണ്ണി... തമസ്സല്ലോ സുഖപ്രദം.'

നല്ല കടുപ്പമുള്ള വെട്ടുകല്ലിലാണ് പഴയ മനയുടെ പണിയത്രയും. ഒന്നരക്കോൽ ഭിത്തിവണ്ണം. കല്ലും മരവും സുഭിക്ഷം. ചെത്തിത്തേയ്ക്കാത്ത ചുമരുകളാണധികവും. ബ്രഹ്മാലയത്തിൽ തേക്ക് പതിവില്ലാത്തതിനാലാകണം ഇരുമുള്ളും പ്ലാവും കരിവീട്ടിയുമാണ് മരപ്പണിക്ക് ഉപയോഗിച്ചിരിക്കുന്നത്. തെക്കിനിയുടെ കിഴക്കേ മൂലയിലാണ് 'മൂക്കുതല ഭഗവതി'യെ കുടിയിരുത്തിയ ശ്രീലകം. ശ്രീലകത്തെ ഭഗവതിയുടെ അനുഗ്രഹമാണ് അക്കിത്തത്തിന്റെ കവിതയിലും അക്കിത്തം നാരായണന്റെയും അക്കിത്തം വാസുദേവന്റെയും ചിത്രങ്ങളിലും പൂത്തുലയുന്നതെന്ന് വിശ്വസിക്കുന്നവരുണ്ട്.

ഏറെ സമ്പന്നമായിരുന്നു അക്കിത്തത്ത് മന. പന്തിരായിരം പറ നെല്ല് പാട്ടമളക്കുന്ന കൃഷിഭൂമി. ആലുവ, അരക്കു പറമ്പ്, കവളപ്പാറ, മുണ്ടക്കോട്ടുകുറിശ്ശി എന്നിവിടങ്ങളിലായി നാലു കളങ്ങൾ. രണ്ട് ആന. അങ്ങനെ ആ പട്ടിക നീളുന്നു. പക്ഷേ നാല്പതുകളുടെ അവസാനത്തോടെ മനയിൽ തകർച്ചയാരംഭിച്ചു. കവി അക്കിത്തത്തിന്റെ വലിയച്ഛൻ രാമൻ സോമയാജിപ്പാടിന്റെ ദാനശീലമാണ് ഒരു പരിധിവരെ ഇതിനു കാരണമായി പറയുന്നത്. കടം വീട്ടാൻ

കളങ്ങൾ ഒന്നൊന്നായി വിൽക്കേണ്ടിവന്നു. ഭൂനിയമം പ്രാബല്യ ത്തിൽ വന്നതോടെ മനയുടെ തകർച്ച പൂർത്തിയായി. പഴയ മനയും മനയിരിക്കുന്ന പറമ്പും മാത്രമായി ഇന്ന് അക്കിത്തത്ത് മനയുടെ ആസ്തി.

1960ൽ ആയിരുന്നു അക്കിത്തത്തു മനയിലെ ഭാഗം. ഭാഗത്തിൽ മന അക്കിത്തം നാരായണ(ചിത്രകാരൻ) ന്റെയും ജ്യേഷ്ഠൻ പര മേശ്വരൻ നമ്പൂതിരിയുടെയും അവകാശത്തിലായി. മറ്റു നാല് സഹോ ദരന്മാർ പറമ്പ് ഭാഗിച്ചെടുത്തു. കാലപ്പഴക്കം നൽകിയ ജീർണത അക്കിത്തത്ത് മനയെയും വല്ലാതെ ബാധിച്ചിരുന്നു. എങ്കിലും മന പൊളിക്കാതെ പഴയതുപോലെ നിലനിർത്താനാണ് തീരുമാനം.

ആദ്യ കവിത 'രാജർഷി'യിൽ

1926 മാർച്ച് 18ന് ആണ് കവി അക്കിത്തം അച്യുതൻ നമ്പൂതിരി യുടെ ജനനം. അച്ഛൻ അക്കിത്തം വാസുദേവൻ നമ്പൂതിരി. അമ്മ പാർവ്വതി അന്തർജനം (ചേകൂർ മന). സ്വന്തം പിതാവിനു പുറമെ മാവറ അച്യുതവാരിയർ, കൊടക്കാട്ട് ശങ്കുണ്ണി നമ്പീശൻ, തൃക്കണ്ടിയൂർ കളത്തിൽ ഉണ്ണികൃഷ്ണ മേനോൻ എന്നിവരാണ് ഗുരുക്കന്മാർ. കുമര നെല്ലൂരെ ഹൈസ്കൂൾ വിദ്യാഭ്യാസത്തിനുശേഷം കോഴിക്കോട് സാമൂതിരി കോളേജിൽ ഇന്റർമീഡിയറ്റ് പഠനം. എട്ടാം വയസ്സിൽ തന്നെ അക്കിത്തം കവിതയെഴുതാൻ തുടങ്ങി. പത്താംവയസ്സിൽ

അക്കിത്തം അച്യുതൻ നമ്പൂതിരി

'രാജർഷി' മാസികയിൽ ആദ്യ കവിത അച്ചടിച്ചുവന്നു. ആദ്യ പുസ്തകം 'വീരവാദം' (കവിതാ സമാഹാരം) 1944ൽ തൃശ്ശൂർ മംഗളോദയം പ്രസിദ്ധീകരിച്ചു. ഇടശ്ശേരി, നാലപ്പാടൻ, ബാലാമണിയമ്മ, കുട്ടികൃഷ്ണമാരാർ, വി.ടി, എം.ആർ.ബി എന്നിവരുടെ ശിഷ്യത്വം അക്കിത്തത്തിലെ കവിത്വം വളർത്തി. ആകാശവാണി കോഴിക്കോട്, തൃശ്ശൂർ നിലയങ്ങളിലെ ജീവനക്കാരനായിരുന്ന അക്കിത്തം, 1985ൽ വിരമിച്ചു. കവിത, നാടകം, വിവർത്തനം, ചെറുകഥ, ഉപന്യാസം എന്നിങ്ങനെ വിവിധ മേഖലകളിലായി അമ്പതിലധികം പുസ്തകങ്ങൾ പ്രസിദ്ധീകരിച്ചിട്ടുണ്ട്.

2019ലെ ജ്ഞാനപീഠം അവാർഡ്, കേന്ദ്ര സാഹിത്യ അക്കാദമി അവാർഡ്, കേരള സാഹിത്യ അക്കാദമി അവാർഡ്, ഓടക്കുഴൽ അവാർഡ്, ഉള്ളൂർ അവാർഡ്, ആശാൻ പുരസ്കാരം, വള്ളത്തോൾ സമ്മാനം, ദേവീപ്രസാദം അവാർഡ്, അമൃത കീർത്തി പുരസ്കാരം, വയലാർ അവാർഡ്, മൂർത്തി ദേവീ പുരസ്കാരം, കബീർ സമ്മാൻ, ടാഗൂർ സമ്മാൻ, എഴുത്തച്ഛൻ പുരസ്കാരം എന്നിങ്ങനെ കവിക്കു ലഭിച്ച പുരസ്കാരങ്ങളുടെ പട്ടിക നീളുന്നു.

ഹരിമംഗലം ക്ഷേത്രം

അക്കിത്തത്തു മനയുടെ വിളിപ്പാടകലത്താണ് ഹരിമംഗലം വിഷ്ണു ക്ഷേത്രം. പണ്ടിത്മന വക ക്ഷേത്രമായിരുന്നു. വർഷങ്ങൾക്കു മുമ്പ് ഹരിമംഗലത്ത് തൊഴാൻവന്ന അക്കിത്തത്തെ എട്ടു വയസ്സുകാരൻ ഉപനിച്ചുണ്ണിക്ക് ക്ഷേത്രച്ചുമരിൽ ആരോ കുത്തിവരച്ച ചിത്രങ്ങൾ കണ്ടപ്പോൾ മനസ്സിൽ കവിത വിരിഞ്ഞു.

'അമ്പലങ്ങളീവണ്ണം
തുമ്പില്ലാതെ വരയ്ക്കുകിൽ
വമ്പനാമീശ്വരൻ വന്നി-
ട്ടെമ്പാടും നാശമാക്കിടും.'

ക്ഷേത്രഭിത്തിയിൽ ആരോ കോറിയിട്ട വികൃതചിത്രങ്ങൾക്കു താഴെ കരിക്കട്ടകൊണ്ടു കുറിക്കപ്പെട്ട ഈ നാലുവരികളാണ് ആദ്യത്തെ അക്കിത്തം കവിത. അന്നേരം ഹരിമംഗലത്തെ ആലും കൊമ്പത്തു നിന്നും അക്കിത്തത്തെ അയ്യപ്പൻകാവിലെ ആലിൻകൊമ്പത്തേക്ക് കാലു നീട്ടിയിരിക്കുന്ന ബ്രഹ്മകാളിയുടെ അഴിച്ചിട്ട തലമുടി വേർപ്പെടുത്തി പേനെടുക്കുകയായിരുന്ന ബ്രഹ്മരക്ഷസ്സിനും ആ അത്ഭുത കാഴ്ച കണ്ട് സന്തോഷിച്ചിട്ടുണ്ടാവണം. ■

പന്നിയൂർ

പണ്ടു പണ്ടൊരു സാമൂതിരിക്ക് പൂണൂലിടാൻ മോഹം. അന്നേരം ശുകപുരം ഗ്രാമക്കാരനായ വരിക്കാശ്ശേരി നമ്പൂതിരി ഉപദേശിച്ചു; 'ഹിരണ്യഗർഭം' നടത്തിയാൽ പൂണൂലിടാമെന്ന്. സ്വർണംകൊണ്ട് ഒരു പശുവിനെയുണ്ടാക്കി അതിനകത്ത് കയറിയിറങ്ങുക അതാണ് 'ഹിരണ്യഗർഭം'. അതിനു കർമ്മികളാവാൻ പന്നിയൂർ ഗ്രാമത്തിലെ നമ്പൂതിരിമാർ വേണം. അവർ അതിന്നു തയ്യാറായില്ല. അതോടെ പന്നിയൂർ ഗ്രാമം സാമൂതിരിയുടെ കടുത്ത വിദ്വേഷത്തിനിരയായി.

പാലക്കാട് ജില്ലയുടെ പടിഞ്ഞാറെ അറ്റത്ത് മലപ്പുറം ജില്ലയോടു ചേർന്നു കിടക്കുന്ന ആനക്കര പഞ്ചായത്തിലാണ് പന്നിയൂർ ദേശം.

വരാഹമൂർത്തി ക്ഷേത്രം

ഒരു കാലത്ത് കേരളത്തിലെ 32 നമ്പൂതിരി ഗ്രാമങ്ങളിൽ ഏറ്റവും പ്രബലമായിരുന്നു പന്നിയൂർ. അവിടത്തെ പ്രസിദ്ധമായ വരാഹ മൂർത്തി ക്ഷേത്രമാണ് പന്നിയൂരിന്റെ ഗ്രാമ ക്ഷേത്രം.

പരശുരാമനിൽനിന്ന് തുടക്കം

ഐതിഹ്യവും ചരിത്രവും ഇഴചേർന്നു കിടക്കുന്ന പന്നിയൂരിന്റെ കഥ പരശുരാമനിൽനിന്നാരംഭിക്കുന്നു. തനിക്കു നേരിട്ട 'വീരഹത്യ' പാപത്തിൽനിന്നും മോചനം നേടാൻ, കേരളത്തിലങ്ങോളമിങ്ങോളം ക്ഷേത്രങ്ങൾ നിർമ്മിച്ച് നീരട്ടിപ്പേറായി ബ്രാഹ്മണർക്ക് കേരളം ദാനം ചെയ്ത കാലം. അന്ന് കേരളം സമുദ്രനിരപ്പിൽനിന്നും ക്രമാതീത മായി ഉയരാൻ തുടങ്ങി. ഭൂമിയെ ഉറപ്പിച്ചു നിർത്താൻ കേരളത്തിന്റെ നടുവിൽ നിളാതീരത്ത് പരശുരാമൻ വരാഹമൂർത്തിയെ പ്രതിഷ്ഠിച്ചു എന്നാണ് കഥ.

തളിയാതിരിമാരും പെരുമാക്കന്മാരും

പണ്ട് കേരളം ഭരിച്ചിരുന്നത് ബ്രാഹ്മണരുടെ മഹാസഭയായി രുന്നു. പന്നിയൂർ വരാഹമൂർത്തിയെ മുൻനിർത്തിയായിരുന്നു അവ രുടെ ഭരണം. മഹാസഭ നിയോഗിച്ച 'തളിയാതിരി'മാരിൽനിന്നും ഭരണം പെരുമാക്കന്മാർ വഴി നാട്ടുരാജാക്കന്മാരിലെത്തി. എന്നിരു ന്നാലും ബ്രാഹ്മണ മേധാവിത്വം നിലനിന്നിരുന്ന അക്കാലത്ത് ഉത്തര കേരളത്തിലെ പ്രബലശക്തികളായിരുന്നു പന്നിയൂർ, ശുകപുരം ഗ്രാമങ്ങൾ.

പന്നിയൂർ കൂറ്റും ശുകപുരം കൂറ്റും

ആദ്യകാലത്ത് ഈ രണ്ടു ഗ്രാമങ്ങൾ തമ്മിൽ ആരോഗ്യപരമായി നടന്ന മത്സരങ്ങൾ, കാലക്രമത്തിൽ കടുത്ത ശത്രുതയിലേക്ക് വഴി മാറി. ആഭിജാത്യം, പാണ്ഡിത്യം, ജനസംഖ്യ, വിസ്തൃതി എന്നിവ യിലെല്ലാം മുൻപന്തിയിലായിരുന്ന പന്നിയൂർ ഗ്രാമക്കാർ മൂന്നു വേദ ങ്ങളിലും പ്രാഗത്ഭ്യം നേടിയിയിരുന്നു. അക്കാലത്ത് യാഗാദി കർമ്മ ങ്ങളിലെല്ലാം പന്നിയൂർക്കാർക്കായിരുന്നു മുമ്പും കയ്യും. അതേ ത്തുടർന്ന് അവരിൽ നാമ്പെടുത്ത അഹങ്കാരം പന്നിയൂർ ശുകപുരം ഗ്രാമങ്ങൾ തമ്മിലുള്ള കടുത്ത മത്സരത്തിന് കാരണമായി. ഈ മത്സരത്തിന്റെ ഫലമായി മറ്റു ഗ്രാമക്കാർക്ക് ഏതെങ്കിലും പക്ഷം പിടിക്കാതെ നിലനിൽപ്പില്ലെന്ന് വന്നു. അങ്ങനെ പന്നിയൂർ കൂറ്റു കാരും ശുകപുരം കൂറ്റുകാരുമായി കേരളത്തിലെ നമ്പൂതിരി ഗ്രാമ ങ്ങൾ ചേരിതിരിഞ്ഞു.

സാമൂതിരിയുടെ അപ്രീതി

ഗ്രാമവഴക്ക് മൂർച്ഛിച്ചിരുന്ന ഇക്കാലത്താണ് ഹിരണ്യഗർഭത്തെ ചൊല്ലി പന്നിയൂർ ഗ്രാമം സാമൂതിരിയുടെ അപ്രീതിക്കു പാത്രീ ഭവിച്ചത്. അതോടെ പന്നിയൂരിന്റെ ശനിദശയാരംഭിച്ചു. അവസരം മുതലെടുത്ത് ശുകപുരം ഗ്രാമക്കാർ സാമൂതിരിയെ സ്വാധീനിച്ചു. ദേവദ്വേഷവും ബ്രാഹ്മണദ്വേഷവും ആരോപിച്ച് പന്നിയൂർക്കാരെല്ലാം ശപിക്കപ്പെട്ടവരെന്ന് വരുത്തിത്തീർത്തു.

വിഗ്രഹധ്വംസനം

കലിവർഷം 3666ൽ വലിയൊരു അട്ടിമറിയുടെ ഫലമെന്നോണം പന്നിയൂരെ പരശുരാമ പ്രതിഷ്ഠയായ 'ആദിവരാഹ വിഗ്രഹം' കാൺമാനില്ലാതായി. തൽസ്ഥാനത്ത് ഒരു സുബ്രഹ്മണ്യ വിഗ്രഹം പ്രതിഷ്ഠിക്കപ്പെട്ടു.

കൂറ്റു മത്സരത്തിന്റെ തുടർച്ചയായി പരാജയം ഏറ്റുവാങ്ങിയ പന്നിയൂർ ഗ്രാമക്കാർ പിന്നീട് പാണ്ഡിത്യം നേടിയത് പരദേശി ബ്രാഹ്മണരിൽനിന്നായിരുന്നു എന്നാണ് പറയപ്പെടുന്നത്. ഗുരുദക്ഷിണയായി അവർ ആവശ്യപ്പെട്ടതനുസരിച്ചായിരുന്നു ഈ വിഗ്രഹമാറ്റം എന്നൊരു കഥയുണ്ട്.

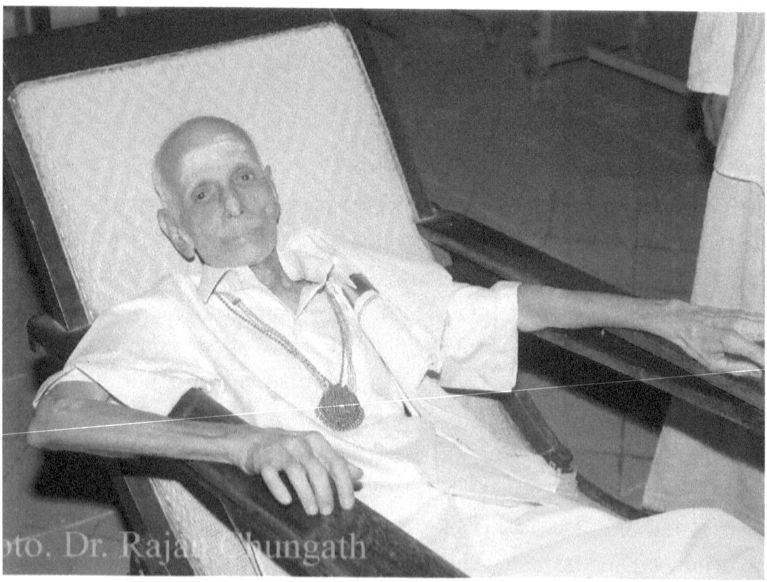

സാമൂതിരിപ്പാട് പി.കെ. ഏട്ടനുണ്ണിരാജ

അധമരെ മുടിക

പന്നിയൂരിലെ നമ്പൂതിരിമാരിൽ ഒരു വിഭാഗം സാമൂതിരിയോടൊപ്പം ചേർന്ന് വരാഹമൂർത്തിയുടെ ശക്തി ക്ഷയിപ്പിക്കാൻ പല നീചപ്രവൃത്തികളും ചെയ്തെന്നും അന്നേരം 'അധമരെ മുടിക' എന്ന് ശപിച്ച് വരാഹമൂർത്തി സ്വയം പന്നിയൂർ വിട്ടുപോയെന്നാണ് മറ്റൊരു കഥ.

കഥയെന്തായാലും വരാഹ വിഗ്രഹത്തിന്റെ തിരോധാനത്തോടെ പന്നിയൂരിന്റെ പ്രതാപം അസ്തമിച്ചു. നൂറ്റാണ്ടുകൾക്കു ശേഷം മറ്റൊരു വിഷ്ണു പ്രതിഷ്ഠ നടത്തിയിട്ടും പുതിയൊരു ശിവക്ഷേത്രം നിർമ്മിച്ചിട്ടും പഴയ ചൈതന്യം വീണ്ടെടുക്കാനായില്ല. വരാഹശാപം കൊണ്ടാണന്ന് പറയപ്പെടുന്നു സാമുതിരി കുലത്തിലെ ഒരു ശാഖ അന്യംനിന്നു.

കാലം മാറി. പുതിയ സാമൂതിരിമാർ പന്നിയൂരിന്റെ സഹായികളായി. കൊല്ലവർഷം 931ൽ അന്നത്തെ സാമൂതിരിയും സുഹൃത്തായ മാർത്താണ്ഡവർമ്മ മഹാരാജാവും ചേർന്ന് പന്നിയൂരിൽ പുതിയ വരാഹ പ്രതിഷ്ഠ നടത്തി. സുബ്രഹ്മണ്യനെ നാലമ്പലത്തിനു പുറത്തേക്ക് മാറ്റി പ്രതിഷ്ഠിച്ചു.

പന്നിയൂരമ്പലം പണിമുടിയില്ല

പന്നിയൂരമ്പലത്തിന്റെ പണി അവസാനത്തച്ചിലെത്തിയ കാലം. സാക്ഷാൽ പെരുന്തച്ചനാണ് മൂത്താശാരി. പണി മുഴുമിക്കാറാകുമ്പോൾ, ആദ്യം പണി കഴിഞ്ഞ ഒരു ഭാഗം തകർന്നു വീഴും. ആ ഭാഗം നേരെയാക്കുമ്പോൾ മറ്റൊരു ഭാഗം വീഴും. പഠിച്ച പണി പതിനെട്ടും പയറ്റിയിട്ടും പെരുന്തച്ചന് പണിമുഴുമിപ്പിക്കാനായില്ല. അവസാനം ദേഷ്യവും നിരാശയും അപമാനവും സഹിക്കാതെ തന്റെ മുഴക്കോലും ഉളിയും അമ്പലഭിത്തിക്കുള്ളിൽ തിരുകിവെച്ച് 'പന്നിയൂരമ്പലം പണി മുടിയില്ല' എന്നു ശപിച്ച് പെരുന്തച്ചൻ തന്റെ കുലത്തൊഴിലിനോട് വിട ചൊല്ലി എന്നൊരു കഥയും കേട്ടിട്ടുണ്ട്.

ആനക്കര

പണ്ടുപണ്ടൊരു ആനക്കാരൻ കുറിഞ്ഞിക്കാവിലെ ഉത്സവം കഴിഞ്ഞു മടങ്ങുമ്പോൾ രാത്രിയായി. നിളയോരത്ത് ഒരു കുറ്റിയിൽ ആനയെ തളച്ച് അല്പം അകലെ കിടന്ന് പാപ്പാൻ ഏറെനേരം ഉറങ്ങിപ്പോയി. അതിനിടയ്ക്കെപ്പോഴോ പുഴയിൽ ജലനിരപ്പുയർന്നു. നേരം പുലർന്നപ്പോൾ പാപ്പാൻ കണ്ടത്, ആന അക്കരയും കുറ്റി ഇപ്പുറത്തുമാണ്. അന്നു മുതൽക്കാണത്രെ പുഴയുടെ അക്കരയിക്കരയായി 'ആനക്കരയും' 'കുറ്റിപ്പുറവും' അറിയപ്പെട്ടത്.

പഴയ പൊന്നാനി താലൂക്കിന്റെ ഭാഗമായിരുന്നു ആനക്കര. 1861ൽ ആണ് മലബാർ ഡിസ്ട്രിക്റ്റിന്റെ തെക്കേ അറ്റത്തായി പൊന്നാനി താലൂക്ക് നിലവിൽ വന്നത്. വെട്ടത്തുനാട്, കുട്ടനാട്, എന്നീ

ആനക്കരവടക്കത്ത് തറവാട്

താലൂക്കുകൾ ചേർന്നതായിരുന്നു ആ പൊന്നാനി താലൂക്ക്. വടക്ക് ഏറനാട് താലൂക്ക്. കിഴക്ക് വള്ളുവനാട് താലൂക്ക്. തെക്ക് കൊച്ചി സംസ്ഥാനം. പടിഞ്ഞാറ് അറബിക്കടൽ എന്നിങ്ങനെ അതിർത്തികൾ. 1957ൽ പുതിയ പാലക്കാട് ജില്ല നിലവിൽവന്നു. പഴയ വള്ളുവനാട് താലൂക്കിന്റെ ഭാഗമായിരുന്ന ഒറ്റപ്പാലവും പൊന്നാനി താലൂക്കിന്റെ കിഴക്കൻ ഭാഗങ്ങളും തിരുക്കൊച്ചി സംസ്ഥാനത്തിലെ ചിറ്റൂർ താലൂക്കും ചേർന്നാണ് പാലക്കാട് ജില്ല രൂപം കൊണ്ടതെന്നു പറഞ്ഞല്ലോ. തുടർന്ന് മലപ്പുറം ജില്ല രൂപം കൊണ്ടപ്പോൾ ആനക്കര, ഒറ്റപ്പാലം താലൂക്കിന്റെ പടിഞ്ഞാറൻ അതിർത്തിയായി. ഇപ്പോൾ പട്ടാമ്പി താലൂക്കിന്റെയും. ആനക്കരയുടെ പടിഞ്ഞാറ് ഭാഗം മലപ്പുറം ജില്ല.

കുറ്റിപ്പുറം പാലം

1949ൽ ആണ് ഭാരതപ്പുഴയ്ക്കു കുറുകെ കുറ്റിപ്പുറം പാലത്തിന്റെ പണി പൂർത്തീകരിച്ചത്. അന്ന് കുറ്റിപ്പുറം പാലത്തിന്റെ മുകളിൽ നിന്ന് താഴെ പാലത്തിന്റെ നാട്ടനൂഴുന്ന പുഴയെ നോക്കി ഇടശ്ശേരി ഇങ്ങനെ വ്യാകുലപ്പെട്ടു.

'അംബ പേരാറേ നീ മാറിപ്പോമോ
ആകുലയാമൊരഴുക്കുചാലായ്.'

അക്കാലത്ത് മദിരാശിയിൽ മന്ത്രിയായിരുന്ന കോഴിപ്പുറത്ത് മാധവമേനോൻ തന്റെ ഭാര്യവീടായ ആനക്കര വടക്കത്തേക്ക് പെട്ടെന്ന് എത്തിച്ചേരാൻ വേണ്ടി ഇവിടെയൊരു പാലം പണിതു എന്ന് പഴമ. അതുകൊണ്ടാവണം പഴമക്കാർ ഈ പാലത്തെ 'സംബന്ധപ്പാലം' എന്ന് വിളിച്ച് പരിഹസിച്ചത്.

ആനക്കര വടക്കത്ത്

ഇന്നും ആനക്കരയിലെ ഏറ്റവും വലിയ വിലാസം 'ആനക്കര വടക്കത്ത്' എന്ന നാലുകെട്ടാണ്. 1896ൽ ജസ്റ്റിസ് പി. ഗോവിന്ദമേനോനാണ് ഈ നാലുകെട്ട് പണി കഴിച്ചത്. ഒരു കാലഘട്ടത്തിന്റെ മുഴുവൻ ഓർമ്മകളുമായി സ്വാതന്ത്ര്യസമരസേനാനി ജി. സുശീലാമ്മ അടുത്ത കാലംവരെ ഇവിടെ ജീവിച്ചിരുന്നു. സ്വാതന്ത്ര്യസമര പ്രസ്ഥാനം, ദേശീയ പ്രസ്ഥാനം എന്നിവയിലൂടെ ബഹുദൂരം സഞ്ചരിച്ച ചരിത്രം ആനക്കര വടക്കത്ത് തറവാട്ടിന് സ്വന്തം. കോഴിപ്പുറത്ത് മാധവമേനോൻ എ.വി. കുട്ടിമാളുവമ്മയെ വിവാഹം കഴിച്ചതോടെയാണ് തറവാടിന്റെ പ്രശസ്തി ദേശീയതലത്തിലേക്ക് ഉയർന്നത്. തുടർന്ന് അമ്മു സ്വാമിനാഥൻ, ക്യാപ്റ്റൻ ലക്ഷ്മി, മൃണാളിനി സാരാഭായ് എന്നിവരിലൂടെ അന്തർദ്ദേശീയതലത്തിലേക്കും.

കൂടല്ലൂർ

'അറിയപ്പെടാത്ത അത്ഭുതങ്ങളെ ഗർഭത്തിൽ വഹിക്കുന്ന മഹാസമുദ്രങ്ങളെക്കാൾ അറിയുന്ന നിളാ നദിയെയാണെനിക്കിഷ്ടം' എന്നെഴുതി മലയാളിയുടെ ഹൃദയധമനികളിലൂടെ ഭാരതപ്പുഴയൊഴുക്കിയ എം. ടി. വാസുദേവൻ നായരുടെ ജനനം കൊണ്ട് അനുഗ്രഹീതമായ 'കൂടല്ലൂർ' ആനക്കര പഞ്ചായത്തിലാണ്. കൂടല്ലൂർ അങ്ങാടിയിലൂടെ നടക്കുമ്പോൾ നാം ഭ്രാന്തൻ വേലായുധനെയോ, പകിട കളിക്കാരൻ കോന്തുണ്ണി നായരേയോ, സെയ്താലിക്കുട്ടിയെയോ, സുമിത്രയെയോ, അപ്പുണ്ണിയേയോ കണ്ടുമുട്ടാം. എം.ടിയുടെ കഥാപാത്രങ്ങളിലേറെയും ആനക്കരക്കാരാണ്. (എം.ടി. അഭിമുഖം അനുബന്ധമായി ചേർത്തിട്ടുണ്ട്.)

കൂട്ടക്കടവ്

നയനാഭമാണ് ആനക്കരയുടെ ആകാശക്കാഴ്ച. ഭാരതപ്പുഴയുടെ തനതായ രണ്ടു സംസ്കാരങ്ങളുടെ കൈവഴികൾ ഇവിടെ കൂടല്ലൂരിലെ കൂട്ടക്കടവിൽ ഒന്നിച്ചു ചേരുന്നു. ഇവിടം മുതലാണ് നിള നിറഞ്ഞൊഴുകുന്നത്, പാലക്കാട് ജില്ലയിൽനിന്ന് മലപ്പുറം ജില്ലയിലേക്ക്. അതുവഴി പൊന്നാനിയിലെത്തി അറബിക്കടലിന്റെ വിരിമാറിലേക്ക്. ■

കൂട്ടക്കടവ്

അനുബന്ധം

മഴയുടെ സിംഫണി

എം.ടി.വാസുദേവൻനായർ/ഡോ.രാജൻ ചുങ്കത്ത്

'മഴ തുള്ളിയിടാൻ തുടങ്ങിയപ്പോൾ കുന്നിറങ്ങി. താഴത്തെ വഴിയിലെത്തിയപ്പോൾ മഴയ്ക്ക് ശക്തി കൂടി. ഇടവഴിയിലൂടെ ഓടി മുളങ്കൂട്ടത്തിനു താഴെ ചെന്നുനിന്നു. രക്ഷയില്ല. അതിർത്തിയിലെ തേക്കിൻ ചുവട്ടിലേക്കോടി. മഴ കോരിച്ചൊരിയാൻ തുടങ്ങിയിരുന്നു. വരുച്ചാലിലൂടെ ഒഴുകാൻ തുടങ്ങിയ ചെളിവെള്ളം തട്ടിത്തെറിപ്പിച്ചുകൊണ്ട് ഒഴുകി വരുന്ന കാലടികളുടെ ശബ്ദം. പുഴു തിന്നാത്ത ഇലക്കൂട്ടമുള്ള ചില്ലയുടെ താഴെ വെള്ളം വീഴാത്ത അല്പം സ്ഥലമേയുള്ളൂ. സുമിത്ര മഴയെ പിരാകികൊണ്ട് ഓടിവന്നുനിന്നു. തലയിലെയും മുഖത്തെയും വെള്ളം തുടച്ചുകൊണ്ട് സുമിത്ര പറഞ്ഞു 'പണ്ടാറടക്കാൻ ഒരു മഴ! മുണ്ടിലപ്പിടി ചെള്ള്യായി!'

അവൾ ആകെ നനഞ്ഞിരുന്നു. സൂക്ഷിച്ചു നോക്കിയാൽ മാത്രം കാണുന്ന, മുത്തുവെച്ചതുപോലെ വെളുത്ത പുള്ളി

കളുള്ള ജാക്കറ്റ് ശരീരത്തിൽ ഒട്ടിച്ചേർന്നിരുന്നു. അവളുടെ നനഞ്ഞ കൈത്തണ്ട വാരിയെല്ലുകളിൽ ഉരുമിയപ്പോൾ, അത് അറിയുന്നില്ലെന്ന ഭാവത്തിൽ നിന്നു. ഒരു ചെറിയ കാറ്റ് വന്നപ്പോൾ മുകളിൽ ഇലകളിളകി. കുടം ചെരിച്ചപോലെ വെള്ളം ഒഴുകി. മഴയ്ക്ക് ശക്തികൂടുകയായിരുന്നു.'

എം.ടി.യുടെ ഒരു മഴ വർണ്ണന.

വീണ്ടുമൊരു മഴക്കാലം. വൈകിയെത്തിയ മഴമേഘങ്ങളെ കാണാൻ ഒരു കൊച്ചുകുട്ടിയുടെ ഉത്സാഹത്തോടെ മഴ നനഞ്ഞ് എം.ടി. കോഴിക്കോട് കടപ്പുറത്തെത്തി. തല നനയാതിരിക്കാൻ തോർത്ത് തലയിലിട്ട് ഏറെ നേരം ചാറ്റൽമഴ കൊണ്ടു. അതിനിടയിൽ ഒരു സുഹൃദ്സല്ലാപവും.

- *ഇപ്പോഴും മഴ ഇഷ്ടമാണോ...? പഴയ ആവേശത്തോടെ, ഈ പ്രായത്തിലും മഴ ആസ്വദിക്കാനാവുന്നുണ്ടോ...? മഴ എഴുത്തിന് പ്രചോദനമാകാറുണ്ടോ, ഇപ്പോഴും?*

മഴയെപ്പറ്റി, നാട്ടിൻപുറത്തെ മഴയെപ്പറ്റി അടുത്ത് മനോരമയിൽ ഒന്ന് എഴുതിയിരുന്നു. മഴയ്ക്കു വേണ്ടിയുള്ള കാത്തിരിപ്പ്.., അതിന്റെ വരവ്, മഴക്കാല രാത്രികൾ, മഴയുടെ സംഗീതം. അങ്ങനെ നമ്മൾ എല്ലാവരും മഴയ്ക്കുവേണ്ടി കാത്തിരിക്കുകയാണ്. അല്പം വൈകിയിട്ടാണ് ഈ കൊല്ലത്തെ മഴ. ഇനിയും വന്നൂന്ന് പറയാനായിട്ടില്ല. മുമ്പൊക്കെ ഒരു കണക്കുണ്ടായിരുന്നു. ആ കണക്കനുസരിച്ച് മഴ പെയ്തിരുന്നു.

ശരിക്കുള്ള മഴാന്ന് പറഞ്ഞാൽ, അതിനൊരു സിംഫണിയുണ്ട്. നാട്ടിലൊക്കെ മഴ പെയ്യുമ്പോ അതിന്റേതായ പ്രത്യേകതകളൊക്കെയുണ്ട്. വാഴത്തോപ്പിൽ ഇലയിൽ വെള്ളം വീഴുന്ന ശബ്ദം, മഴയങ്ങനെ ചെരിഞ്ഞു പെയ്യുമ്പോൾ അതിന്ന് പ്രത്യേകമായൊരു സ്വരണ്ട്. അതിലൂടെ ഇത്തിരി കാറ്റു ചേരുമ്പോൾ മറ്റൊരു ശബ്ദം. പിന്നെ വെള്ളംകൂടി, വയലൊക്കെ നിറയുന്ന കാലത്ത്, പുഴയിൽനിന്നും കുളത്തിൽനിന്നും മീനുകൾ പുറത്തേക്കു പോകുന്ന കാലം. അപ്പോ രാത്രി അവയെ പിടിക്കാനെത്തുന്ന തവളയുടെയും ചീവീടിന്റെയും ഒച്ച കൂടിച്ചേർന്നുള്ള മഴയുടെ ശബ്ദം. എല്ലാം കൂടിച്ചേർന്ന് മഴയ്ക്ക് വലിയൊരു സിംഫണിയുണ്ട്.

നഗരത്തിൽ വന്നശേഷം ഇങ്ങനെ ആദ്യത്തെ മഴ വരുന്നതൊന്നും കാണാൻ പറ്റാറില്ല. നാട്ടിൻപുറത്താവുമ്പോൾ, വേനൽ

ക്കാലം വരുമ്പോൾതന്നെ മഴയ്ക്കു വേണ്ടിയുള്ള കാത്തിരിപ്പ് ആരംഭിക്കും. ഞാൻ എഴുതീട്ടുണ്ട്. 'നിലം പഴുക്കാന്ന്' പറയും.

വൈകുന്നേരത്തിങ്ങനെ നിലത്തിന് ഒരു വല്ലാത്ത നിറം പകരും. അത് കാണുമ്പോൾ ആളുകൾ പറയും, 'നിലം പഴുത്തിരിക്കുന്നു..., മഴ പെയ്യാറായിട്ടുണ്ട്.' അതുപോലെ മേഘങ്ങളുടെ അവിടെ ഇവിടെയായിട്ടുള്ള നില്പ് നോക്കിയിട്ട് പഴയ ആളുകൾക്ക് ഒരു കണക്കുകൂട്ടലുണ്ട്. അത് പെയ്യും..., ഇത് പെയ്യില്ല... എന്നൊക്കെ.

- *ഇങ്ങനെ മഴ കാണുമ്പോൾ എന്തെങ്കിലും ഓർമ്മകൾ മനസ്സിൽ തെളിയാറുണ്ടോ?*

ബാല്യത്തിലും കൗമാരത്തിലും ഒക്കെ നാട്ടിൻ പുറത്ത് ഉണ്ടായിരുന്നപ്പോൾ കണ്ടിട്ടുള്ള മഴ, ഒരു മായാത്ത ഓർമ്മയായി മനസ്സിലുണ്ട്. മഴയുടെ അനുബന്ധമായിട്ട് എന്റെ കുട്ടിക്കാലത്ത് രണ്ടു തവണ ഭാരതപ്പുഴയിലെ വെള്ളപ്പൊക്കം ഞാൻ കണ്ടിട്ടുണ്ട്. സ്കൂളിൽ പോകുമ്പോൾ നനയാന്നുള്ളത് ഒരു സാധാരണ സംഭവമാണ്. ഒരുമാതിരി എല്ലാവരും ഒക്കെ മഴ നനഞ്ഞിട്ടന്യാ വരാ. അധികപേർക്കും കുടയില്ല. കുട ഉണ്ടായാലും ഒരു കുടയിൽ രണ്ടു പേരൊക്കെ ഉണ്ടാവും. 'റെയിൻഹോളിഡെ' എന്നു പറയുന്നത് വളരെ അപൂർവ്വമാണ്. ഭയങ്കര മഴയത്ത് എല്ലാവരും നനഞ്ഞിട്ട് വരുന്നത് കണ്ടാൽ, അപൂർവമായിട്ട് ഒരു 'റെയിൻ ഹോളിഡേ' കിട്ടിയാലായി. കൊല്ലത്തിൽ ഒരു ദിവസോ മറ്റോ.

- *കോഴിക്കോടുനിന്ന് മഴക്കാലം ആസ്വദിക്കാൻ ഇപ്പോഴും കൂടല്ലൂർക്ക് പോകാറുണ്ടോ...?*

കോഴിക്കോട് നഗരത്തിൽ എങ്ങനാ ഇതൊക്കെ കാണാൻ പറ്റാ. നഗരത്തിൽ രാത്രി മഴ പെയ്തൂന്നറിയുന്നത് തന്നെ റോഡിൽ രാവിലെ വെള്ളം കാണുമ്പോഴാണ്. ഗ്രാമത്തിൽ ദൂരെനിന്ന് മഴ പെയ്തിറങ്ങുന്നത് നമുക്ക് കാണാൻ പറ്റും. കേൾക്കാനും പറ്റും. മഴയുടെ വരവ് വിളിച്ചറിയിച്ചു കൊണ്ടുള്ള നേർത്ത ഇടിമുഴക്കം, ചീവീടുകളുടെയും തവളകളുടെയും ശബ്ദം, മഴയ്ക്കു മുന്നെ എത്തുന്ന കാറ്റിന്റെ ശബ്ദം. അപ്പോ നോക്കിയാൽ മഴ പെയ്തുവരുന്നത് കാണാം നമുക്ക്. ദൂരെനിന്ന് മഴ പെയ്തു പെയ്ത് നമ്മുടെ അടുത്തെത്തുകയാണ്. മഴയുടെ വരവ് കണ്ട് നമ്മൾ ഓടി എവിടെയെങ്കിലും കയറുമ്പോഴേക്കും അത് നമ്മെ നനച്ചിട്ടുണ്ടാവും.

പിന്നെ കൂടല്ലൂർ യാത്ര..., അങ്ങനെ തോന്നുമ്പോഴൊക്കെ എങ്ങന്യാ കൂടല്ലൂർക്ക് പോകാൻ പറ്റാ. ഇതൊക്കെ നല്ല സ്മരണകളായി മനസ്സിൽ സൂക്ഷിക്കാമെന്നല്ലാതെ. മഴ വരുമ്പോൾ കൂടല്ലൂര് പോയി നിൽക്കാൻ പറ്റോ?

- *ഇത്തവണ മഴ വൈകി പെയ്തതിനെക്കുറിച്ച്, കടുത്ത വേനൽ ചൂടിനെക്കുറിച്ച്, കുടിവെള്ള ക്ഷാമത്തെക്കുറിച്ച്...?*

പണ്ടും ഇത്തിരിയൊക്കെ കാലം തെറ്റി മഴ പെയ്യാറുണ്ട്. ഇത്രയും വൈകീട്ടില്ല. കാടുകൾ നഷ്ടപ്പെടുമ്പോൾ, പ്രകൃതിയുടെ ബാലൻസ് തെറ്റുമ്പോഴാണ് ഋതുഭേദങ്ങളിൽ വ്യത്യാസമുണ്ടാകുന്നത്. പ്രകൃതിയുടെ താളക്കേടുകൾക്ക് കാരണം നമ്മൾ പ്രകൃതിയെ സംരക്ഷിക്കാത്തതാണ്. കാടുകൾ പോയി. പുഴ പോയി.

അതുകൊണ്ടൊക്കെത്തന്നെ ഇനിയുള്ള കാലത്ത് 'റെയിൻ ഹാർവസ്റ്റിങ്ങ്' ഒക്കെ വേണ്ടി വരും. മറ്റ് എന്ത് ഇല്ലെങ്കിലും മനുഷ്യന് കഴിഞ്ഞുകൂടാം. വെള്ളം കുടിക്കാതെ എന്ത് ചെയ്യും...?

'പുറത്ത് വാഴക്കൂട്ടത്തിൽ വീഴുന്ന മഴത്തുള്ളികളുടെ ശബ്ദം ഒരു മേളമായി മാറുന്നു. കറുത്ത കർക്കടക രാത്രിയുടെ മാളങ്ങളിൽനിന്ന് ആയിരം സ്വരങ്ങൾ കേൾക്കുന്നു...' മഴയുടെ ആയിരം സ്വരങ്ങൾ കേൾക്കാനുള്ള പ്രിയപ്പെട്ട കഥാകാരന്റെ കാത്തിരിപ്പ്..., അത് തുടരുന്നു.

(മലയാളം വാരിക. 18-7-2003)

ആശ്രയം

1. From Cauvery To Neela. (2020) K.N. Lakshminarayanan.
2. അഗ്നി.(1982), ഫ്രിറ്റ്സ് സ്റ്റാൾ.
3. പുരാണിക്ക് എൻസൈക്ലോപീഡിയ. (1985) വെട്ടം മാണി.
4. ഡിസ്ട്രിക്ട് ഗസറ്റിയർ, പാലക്കാട്. (1976) ഡോ. സി.കെ. കരീം.
5. വായില്ല്യാംകുന്ന് സ്ഥലമഹാത്മ്യം. (1994) വിദ്വാൻ എ.കെ. രാമ ഗുപ്തൻ.
6. ദേശായനം. (2006) പി. ഭാസ്കരഗുപ്തൻ.
7. ശബ്ദതാരാവലി. (1987) ശ്രീകണ്ഠേശ്വരം ജീ. പദ്മനാഭ പിള്ള.
8. പാലക്കാട് സ്ഥലനാമ പുരാണം.(1986) വി.വി.കെ. വാലത്ത്.
9. സർവവിജ്ഞാനകോശം (1987) സ്റ്റേറ്റ് ഇൻസ്റ്റിറ്റ്യൂട്ട് ഓഫ് എൻ സൈക്ലോപീഡിക് പബ്ലിക്കേഷൻസ്, തിരുവനന്തപുരം.
10. ഐതിഹ്യമാല. (1986) കൊട്ടാരത്തിൽ ശങ്കുണ്ണി.
11. ക്ഷേത്രവിജ്ഞാനകോശം. (2000) പി.ജി. രാജേന്ദ്രൻ.
12. അമരകോശം. (2001) വചസ്പതി ടി.സി. പരമേശ്വരൻ മൂസത്.
13. ദി. സാമൂറ്റൻസ് ഓഫ് കാലിക്കറ്റ്. (1938) കെ.പി. കൃഷ്ണയ്യർ.
14. പാലക്കാട് സ്ഥലം, കാലം, ചരിത്രം. (2012) കെ. വി. മോഹൻ കുമാർ.
15. ഇന്ത്യയിലെ നദികൾ. (2000), കേണൽ എൻ. ബി. നായർ, കേരള ഭാഷാ ഇൻസ്റ്റിറ്റ്യൂട്ട്, തിരുവനന്തപുരം.
16. Akkitham - A Pictorial Autobiography. (2020) Rupa Publications, New Delhi.
17. നിളയുടെ തീരങ്ങളിലൂടെ. (1993) ആലങ്കോട് ലീലാകൃഷ്ണൻ, മാതൃഭൂമി.

18. ഭാരതപ്പുഴ. (2012) ഡോ. രാജൻ ചുങ്കത്ത്, മാതൃഭൂമി.
19. പറയിപെറ്റ പന്തിരുകുലം ഐതിഹ്യം ചരിത്രം. (2012) ഡോ. രാജൻ ചുങ്കത്ത്. ഡി.സി.ബുക്സ് കോട്ടയം.
20. പന്തിരുകുലത്തിന്റെ പിൻഗാമികൾ. (2009) ഡോ. രാജൻ ചുങ്കത്ത്. മാതൃഭൂമി.
21. പെരുന്തച്ചൻ ദുഃഖിതനാണ്. (2012) ഡോ.രാജൻ ചുങ്കത്ത്, ഗ്രീൻ ബുക്സ്, തൃശ്ശൂർ.
22. നിളയുടെ മകൾ സുന്ദരി. (2006) ഡോ. രാജൻ ചുങ്കത്ത്. പൂർണ, കോഴിക്കോട്.
23. Nila Through Time And Space. (2005) Dr. Rajan Chungath, Vallathol Vidhya Pedham. Edappal.
24. നിളാ ദേവീ നമോസ്തുതേ. (2012) ഡോ. രാജൻ ചുങ്കത്ത്. SPCS, കോട്ടയം.
25. ക്ഷേത്രവിജ്ഞാന സർവസ്വം. (2020) സി. പ്രസാദ്. മനോരമ ബുക്സ്, കോട്ടയം.